பாபாசாகேப் அம்பேத்கர்

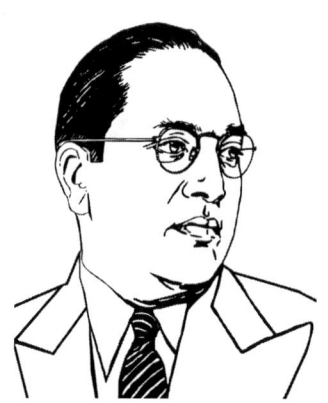

தி இந்து குழுமம்
தமிழ் திசை

பாபாசாகேப் அம்பேத்கர்

தமிழ் திசை

Title

BABASAHEB AMBEDKAR

ISBN NO: 978-81-950024-5-0

நூல் தலைப்பு

பாபாசாகேப் அம்பேத்கர்

முதற்பதிப்பு

செப்டம்பர் - 2022

இரண்டாம் பதிப்பு

அக்டோபர் - 2023

விலை: ₹ 220

ஆசிரியர்

கே.அசோகன்

நூல் தொகுப்பாசிரியர்

இரா.வினோத்

முதன்மை வடிவமைப்பாளர்

என்.கணேசன்

தலைமை வடிவமைப்பாளர்

மு.ராம்குமார்

https://www.facebook.com/Tamilthisaipublications https://twitter.com/Tamilthisaipublications

Printed by B.Ashok Kumar, Rasi Graphics (P) Ltd., No.40, Peters Road, Royapettah, Chennai - 600 014, for KSL Media Limited, Chennai - 600 002.

இந்தியாவின் பெருமித தலைவர்!

பாரத ரத்னா பாபாசாகேப் டாக்டர் பி.ஆர்.அம்பேத்கர் (ஏப்ரல் 14,1891 - டிசம்பர் 6, 1956) உலகின் உன்னதமான ஆளுமைகளுல் ஒருவர். உலகின் மிக நீளமான அரசியலமைப்பு சட்டமாக போற்றப்படும் இந்திய அரசியலமைப்பு சட்டத்தை உருவாக்கிய தலைமை சிற்பி அவர். நாட்டின் முதல் சட்ட அமைச்சராக பதவி வகித்த அம்பேத்கருக்கு சட்ட மேதை, பொருளாதார வல்லுநர், அரசியல் செயற்பாட்டாளர், ஆய்வாளர், பத்திரிகையாளர், வழக்கறிஞர், கல்வியாளர், சிந்தனையாளர், சமூக போராளி உள்ளிட்ட பன்முகங்கள் உண்டு.

மிக எளிய பின்னணியில் இருந்து வந்து பல்வேறு தடைகளை கடந்து அம்பேத்கர் படைத்த சாதனைகளை வாசிக்கையில், அவர் மீது பிரமிப்பு ஏற்படுவதை தடுக்க முடியாது. ஆழமான ஆய்வு முறைமைகளோடு எழுதப்பட்ட அவரது எழுத்துக்களையும், மொழி ஆளுமையையும் வாசிக்கும் ஒவ்வொரு தடவையும் புருவங்கள் உயர்வதை நிறுத்த முடியாது.

75-வது சுதந்திர தினத்தைக் கொண்டாடும் இந்த தருணத்தில், நவீன இந்திய வரலாற்றை புரட்டும்போது அம்பேத்கரின் பெயர் இல்லாத அத்தியாயங்களே இல்லை என்று சொல்லும் அளவுக்கு அவரது பங்களிப்புகள் அனைத்து தளங்களிலும் பரந்து விரிந்திருக்கின்றன. சுதந்திரம், சமத்துவம், சகோதரத்துவம், நீதி, ஜனநாயகம் ஆகிய விழுமியங்களின் மீது அவர் கட்டியெழுப்பிய அரசியலமைப்பு சட்டமே அனைத்து மக்களையும் மிகவும் மாண்புடன் வழிநடத்துகிறது.

பிரதமர் நரேந்திர மோடி, “நான் பிரதமர் ஆனதற்கு அம்பேத்கரே காரணம்” என சில ஆண்டுகளுக்கு முன் நன்றியுடன் நினைவுகூர்ந்தார். காங்கிரஸ், இடதுசாரி உட்பட பிற கட்சிகளின் தலைவர்களும் அம்பேத்கரை முன்வைத்து பேசுவதை அவ்வப்போது காண முடிகிறது. மத்திய மாநில அரசுகளும் அரசியல் கட்சிகளும் அம்பேத்கரின் பெயரில் நிறைய நலத் திட்டங்களையும், விழாக்களையும் அதிகளவில் முன்னெடுக்கின்றன.

ரோஹித் வெமுலா, ஜிக்னேஷ் மேவானி, சந்திரசேகர ஆசாத் போன்ற இன்றைய தலைமுறையின் செயற்பாட்டாளர்களில் பலர் அம்பேத்கரின் பெயராலே கிளர்ந்தெழுகின்றனர். பன்முகத்தன்மை, மதசார்பின்மை, கருத்துரிமை, அரசியலமைப்பு போன்ற சமகால பிரச்சினைகளுக்கு ஆய்வாளர்கள் அம்பேத்கர் முன் வைத்த

தீர்வுகளையே தேடி செல்கின்றனர். உண்மையில் வாக்கு வங்கி அரசியலை கடந்து, இந்திய சமூக அரசியல் களத்தில் அம்பேத்கர், தவிர்க்க முடியாத அங்கமாக மாறி இருக்கிறார்.

காஷ்மீர் முதல் கன்னியாகுமரி வரை அம்பேத்கர் சிலை இல்லாத ஊரே இல்லை. ஐநா சபையிலும், வெளிநாட்டு பல்கலைக்கழகங்களிலும் அவருக்கான அங்கீகாரங்கள் கூடிக்கொண்டே செல்கின்றன. உலகம் கொண்டாடும் ஒரு தலைவரை, உள்ளூரில் அனைத்து தரப்பினரிடமும் கொண்டுசெல்வது அவசியமாகிறது.

இந்து தமிழ் திசை நாளிதழ் தொடங்கிய நாளில் இருந்து அதை தார்மீக கடமையாகவே கருதி செய்துவருகிறது. எமது நாளிதழ் அவர் குறித்து தொடர்ச்சியாக

நூற்றுக்கணக்கான கட்டுரைகளை வெளியிட்டிருக்கிறது. 10-வது ஆண்டை எட்டியுள்ள இந்த தருணத்தில் அம்பேத்கர் குறித்து வெளியான முக்கியமான கட்டுரைகளை நூலாக தொகுத்து வெளியிடுவதில் பெருமை கொள்கிறோம். இந்த கட்டுரைகள் இதழில் வெளியான போதே தமிழ் வாசகப் பரப்பில் பெரும் தாக்கத்தை ஏற்படுத்தின.

தற்போது நூல் வடிவமெடுத்து இக்கட்டுரைகள் இளைய தலைமுறையினர் மத்தியில் பாபாசாகேப் அம்பேத்கர் பற்றிய ஆழமான புரிதலையும், புதிய உரையாடலையும் நிகழ்த்தும் என எதிர்பார்க்கிறோம்.

அம்பேத்கரிய ஒளியில் நம்மிடையே பெரும் மாற்றங்கள் நிகழட்டும்!

-அன்புடன்,
கே. அசோகன்,
ஆசிரியர்,
'இந்து தமிழ் திசை'

உள்ளடக்கம்

அரசமைப்புப் பணிகள்

அம்பேத்கரும் அரசியல் சட்டமும்
-பி.ஏ.கிருஷ்ணன்.....13

அரசியலமைப்பின் சிற்பி
-செல்வ புவியரசன்.....18

இந்திய அரசியல் சட்டம்: மானுட ஆவணம்
-ஜூரி.....22

சட்ட தினம் உணர்த்தும் கடமைகள்!
-கே.சந்துரு.....27

அரசமைப்பின் முகப்புரை: ஒரு பேசப்படாத வரலாறு
-செல்வ புவியரசன்.....31

திருத்தி எழுத முடியுமா அரசியல் சட்டத்தை?
-நீரா சந்தோக்.....35

அரசமைப்புச் சட்ட அவையில் அம்பேத்கரின் முதல் உரை
-ரவிக்குமார்.....38

சாதி ஒழிப்பு சிந்தனைகள்

அம்பேத்கரின் சமூக ஜனநாயகம்
-ஸ்டாலின் ராஜாங்கம்.....45

சாதியை ஒழிப்பது எப்படி?
-பி.ஏ.கிருஷ்ணன்.....49

அம்பேத்கரின் இரண்டாவது ஆயுதம்
-கோ.பழனி.....53

அம்பேத்கரின் முதல் நூல்
-ஸ்டாலின் ராஜாங்கம்.....57

சாதி ஒழிப்புக்கு அம்பேத்கர் காட்டும் வழி
-ம.சுசித்ரா.....61

கௌரவக் கொலைகளின் காலத்தில் பூனா ஒப்பந்தம்
-ரவிக்குமார்.....64

உள்ளடக்கம்

பௌத்தம் தழுவல்

அம்பேத்கரின் பௌத்தம் செழித்திருந்தால் இந்தியா எப்படி இருந்திருக்கும்?
-ராமசந்திர குஹா......70

மெய் வழிப் பாதை:அம்பேத்கரின் கனவு நூல்
-ஷங்கர் ராமசுப்பிரமணியன்......76

ஆசிய ஜோதியும் அம்பேத்கரும்!
-ஜெய்ராம் ரமேஷ்......79

பன்முக ஆளுமை

நவீன இந்தியாவின் தந்தை பாபாசாகேப் அம்பேத்கர்
-இரா.வினோத்......85

அம்பேத்கர், ஜே.சி.குமரப்பா: ஒடுக்கப்பட்டோருக்கான பொருளாதாரச் சிந்தனையாளர்கள் - **வ.ரகுபதி**......95

அம்பேத்கரும் கம்யூனிஸமும்
-கா.அ.மணிக்குமார்......99

திராவிடமும் தமிழும்: அம்பேத்கரின் ஆராய்ச்சி
-செல்வ புவியரசன்......104

நதிநீர்ப் பிரச்சினை:அம்பேத்கர் முன்வைத்த தீர்வு என்ன?
-ஏ.பி.இராஜசேகரன்......107

கற்பி என்று அம்பேத்கர் முழங்கியது கேட்கவில்லையா?
-ம.சுசித்ரா......110

அம்பேத்கரின் 'குரலற்றவர்களின் தலைவ'ருக்கு நூற்றாண்டு
-ஆசை தம்பி......115

புரட்சியாளன் புத்தகன்!
-ந.வினோத் குமார்......119

அம்பேத்கர் தொடங்கிய அரசியல் இயக்கம்
-ஜ-ெரி......123

அண்ணலின் கருத்துலகம்

அம்பேத்கரின் கருத்துலகத்துக்கு வழிகாட்டி
-ஷங்கர்ராமசுப்ரமணியன்......126

அம்பேத்கரைச் சரியாக வாசிப்பது எப்படி?: மேதைமையை முழு அளவில் வெளிக்கொணர்வதற்கான முயற்சி! **-க.வீரபாண்டியன்**......129

உள்ளடக்கம்

பீம்ராவை செதுக்கியவர்கள்

அன்னை ரமாபாய்: பீம்ராவை அம்பேத்கராக மாற்றியவர்
-இரா.வினோத்..135

ஜான் டூயி: அம்பேத்கரை செதுக்கிய ஆசிரியர்
-ம.சுசித்ரா..139

வழிகாட்டி

அம்பேத்கர் எனும் முன்னுதாரணர்!
-ராமசந்திர குஹா...145

இரட்டைமலை சீனிவாசன் - அம்பேத்கரின் ஆத்மார்த்த உறவு
-இரா.வினோத்..152

இந்து தமிழ் திசையின்~தலையங்கப் புகழாரம்

டாக்டர் அம்பேத்கர்: எல்லோருக்குமான தலைவர்..................157
அம்பேத்கர்: சமூகநீதிக்கான போராளி....................................159
தேசத்தின் பெருமிதம் அம்பேத்கர்!...161
ஒவ்வொருவருக்கும் ஒரு கடமை!..163

நேர்காணல்களில் அண்ணல்

மாணவர்களின் தலைவர் அம்பேத்கர்
-இந்து குணசேகர்...166

அம்பேத்கர் பிறந்த நாள் அடையாளம் அல்ல, அவசியம்
-தியாகச் செம்மல்..167

இன்றைய காலகட்டத்துக்கு அம்பேத்கர் ஏன் தேவை?- சில பெண்களின்
பார்வையில். -க.சே.ரமணி பிரபா தேவி.................................172

நினைவிடமும் இறுதி நிமிடமும்

சுதந்திரம் ஏன் முக்கியமானது?
-அனன்யா வாஜ்பாய்..176

டெல்லி அம்பேத்கர் நினைவகத்தில் ஓர் உலா
-இரா.வினோத்..180

அரசமைப்புப் பணிகள்

பி.ஏ.கிருஷ்ணன்
எழுத்தாளர்

அம்பேத்கரும் அரசியல் சட்டமும்

ஒடுக்கப்பட்ட மக்களுக்காகவே தன் வாழ்நாள் முழுவதையும் செலவழித்த அம்பேத்கர், அரசியல் நிர்ணய சபைக்கு எதிராகவே முதலில் இருந்தார். கிரிப்ஸ் தலைமையில் 1942-ல் வந்த குழுவிடம் "எங்கள் கைகள், கால்களைக் கட்டி சாதி இந்துக்களிடம் ஒப்படைத்துவிட்டீர்கள்" என்று முறையிட்ட அவர், இந்திய விடுதலை உறுதியானதும் தனது நாட்டுக்கும் தனது மக்களுக்கும் மிகச் சிறந்த அரசியல் அமைப்புச் சட்டம் தேவை என்பதை உடனடியாக உணர்ந்தார்.

எதிர்த்தரப்பில் இருப்பதாலேயே எல்லாவற்றையும் எதிர்க்கக் கூடாது என்ற கொள்கையில் திடமாக இருந்த அவர், நமது அரசியல் அமைப்புச் சட்ட வரைவுக் குழுவின் தலைவராக இருந்தார் என்பது நாம் எல்லோரும் நன்கு அறிந்ததே. வரைவுக் குழுவில் பல புகழ் பெற்ற சட்ட வல்லுநர்கள் இருந்தாலும் அவர்கள் அனைவரும் அம்பேத்கரின் மீது பெருமதிப்பு வைத்திருந்தார்கள்.

நிறைவேறாத கனவு

அவர் நினைத்ததெல்லாம் நடைபெறவில்லை என்பது உண்மை. ஆனால், அம்பேத்கர் தனது மக்களுக்காக மட்டுமின்றி, எல்லாத் தரப்பு மக்களுக்காகவும் சிந்தித்தார்.

அவர் அரசியல் நிர்ணய சபைக்கு விரிவான அடிப்படை உரிமைகள் அடங்கிய பட்டியல் ஒன்றை அளித்தார். அந்தப் பட்டியலுடன் ஒரு சமுதாயத் திட்டமும் இருந்தது. அந்தத் திட்டம் எல்லா முக்கியமான தொழில்களும் அரசுடைமையாக்கப்பட வேண்டும் என்பதை வலியுறுத்தியதோடு, நாட்டின் நிலங்கள் அனைத்தையும் அரசு எடுத்துக்கொண்டு, விவசாயத்தையும் அரசுத் தொழிலாக மாற்ற வேண்டும் என்றது.

எல்லா இந்தியர்களுக்கும் கட்டாயக் காப்புரிமை இருக்க வேண்டும் என்பதையும் அது சொன்னது. பல தடவைகள் அவரது திட்டத்தின் மீது விவாதங்கள் நடந்தன. ஆனால், அது நிறைவேறாத கனவாகவே முடிந்தது. இது போன்று பல தடைகளை அவர் சந்தித்தாலும், அரசியல் சட்டத்தின் பல முக்கியமான பிரிவுகள் அவரது திறமையான வாதங்களினாலேயே சட்டங்களாக மாறின.

அடிப்படை உரிமைகள்

நமக்குப் பல அடிப்படை உரிமைகள் இருக்கலாம். அவற்றை எவ்வாறு பாதுகாப்பது? அரசுக்கோ அரசு சார்ந்த நிறுவனங்களுக்கோ அவை செய்ய வேண்டிய காரியங்களை எழுத்து மூலம் செய்யச் சொல்லி உத்தரவு பிறப்பிக்கும் உரிமை நீதிமன்றங்களுக்கு இருக்கிறது. நமக்கு நன்றாகத் தெரிந்த ரிட் மனுக்களின் மீது நீதிமன்றங்கள் நாள்தோறும் ஆணை பிறப்பிக்கும் உரிமையை நமது அரசியல் அமைப்புச் சட்டத்துக்குள் கொண்டுவர வேண்டும் என்று வாதிட்டவர்களில் முதன்மையானவர் அம்பேத்கர்.

நீதிமன்றங்களுக்குத் தரப்பட்ட இந்த உரிமையே, இந்தியர்கள் இன்று சுதந்திரமாக இயங்கிக்கொண்டிருப்பதற்கு அடிப்படைக் காரணம் என்று பல அரசியல் சட்ட வல்லுநர்கள் கருதுகிறார்கள்.

ஆனால், அம்பேத்கர் அடிப்படை உரிமைகளுக்கு வரையறை இருக்கக் கூடாது என்று கருதவில்லை. அரசு நெருக்கடிக் காலங்களில் இந்த உரிமைகளைத் தற்காலிகமாகத் திரும்பப் பெறலாம் என்ற சட்டத்தையும் அவர்தான் முன்னின்று கொண்டுவந்தார். இதே போன்று நாட்டு நலனுக்காக மக்களைக் கட்டாயப் பணி செய்யுமாறு (ராணுவப் பயிற்சி உள்ளிட்ட) ஆணை பிறப்பிக்கும் உரிமையை அரசுக்கு அளிக்கவும் அவர் முன்வந்தார். மக்களுக்கு ஆயுதம் வைத்துக்கொள்ளும் உரிமையை அளிக்க வேண்டுமா என்பதுபற்றி பலத்த விவாதங்கள் நடந்தன. சிலர் இதுபற்றி முடிவு செய்யும் உரிமையை மாநிலங்களுக்கு விட்டுவிட வேண்டும் என்றனர்.

அம்பேத்கர் சொன்னார், "ஒரு மாநிலம் மறு மாநிலத்துக்கு எதிராக மக்களை ஆயுதம் திரட்டச் செய்தால் என்ன செய்வது? நாடு முழுவதும் இதுபற்றி ஒரே சட்டம் இருக்க வேண்டும்." அமெரிக்காவில் சில மாநிலங்களில்

இருப்பதைப் போன்று இந்தியாவிலும் ஆயுதம் வைத்துக்கொள்ளும் சட்டம் இருந்திருந்தால், வன்முறை எந்த அளவுக்கு வளர்ந்திருக்கும் என்பதை விளக்க வேண்டியதில்லை.

இந்திய ஒருமைப்பாடு

இந்தியா ஒரு வலுவான நாடாக உருப்பெற வேண்டுமானால், அதிலிருந்து பிரிந்து போகும் உரிமையை மாநிலங்களுக்கு அளிக்கக் கூடாது என்பதில் அம்பேத்கர் உறுதியாக இருந்தார். "இந்தக் கூட்டமைப்பு (ஃபெடரேஷன்), மாநிலங்களெல்லாம் சேர்ந்து கூட்டமைப்பு அமைக்க வேண்டும் என்று ஒப்புதல் அளித்ததால் ஏற்பட்டதல்ல. எனவே, மாநிலங்களுக்குப் பிரிந்து போகும் உரிமை கிடையாது" என்று தனது உரையில் அவர் தெளிவாகக் குறிப்பிட்டார்.

ஒருமைப்பாட்டின் மீது அவருக்கு இருந்த அசைக்க முடியாத நம்பிக்கையை, மற்றொரு சமயத்தில் 'தேவைப்பட்டால், இந்தியா ஒற்றையாட்சி அரசாகக்கூட (யூனிட்டரி ஸ்டேட்) மாறலாம்'' என்று அவர் குறிப்பிட்டதிலிருந்து அறியலாம்.

மற்றொரு தருணத்தில் முஸ்லிம் உறுப்பினர் ஒருவர், விகிதாச்சார முறைப்படி பிரதிநிதித்துவம் வேண்டும், இல்லையென்றால் நடைபெறப்போவது பெரும்பான்மையினரின் அடக்குமுறை என்று வாதிட்டபோது, அம்பேத்கர் அது அரசைப் பலவீனப்படுத்திவிடும் என்றார். "இந்தியாவுக்குத் தேவை சட்டம் - ஒழுங்கை அமல்படுத்தும் ஒரு நிலையான அரசு'' என்று அவர் சொன்னபோது, உறுப்பினர்கள் பலத்த ஆரவாரத்தோடு உடன்பட்டனர். ஆனால், சிறுபான்மையினரின் உரிமையைக் காப்பதில் அவர் உறுதியாக இருந்தார்.

சிறுபான்மையினரின் உரிமையைப் பறிப்பது என்பது ஜனநாயகத்திலிருந்து சர்வாதிகாரத்தை நோக்கிச் செல்லும் அழிவுப்பாதை என்று கருதிய அவர், அரசியல் சட்டத்தில் சிறுபான்மையினரின் உரிமைகளைச் சொல்லும் உறுப்புகளுக்கு (ஆர்ட்டிக்கில்ஸ்) முழு ஆதரவு அளித்தார்.

வலுவான மத்திய ஆட்சியை நம்பியதால், அவர் மாநிலங்களின் அதிகாரங்களைக் குறைக்க நினைத்தார் என்று பொருள் கொள்ளக் கூடாது. அதனுடைய எல்லைக்குள் சட்டம் - ஒழுங்கைப் பராமரிக்கவும் நல்லாட்சி அளிக்கவும் மாநிலத்துக்கு இறையாண்மை இருக்கிறது என்று அவர் சொன்னார். மத்திய அரசு, மாநில அரசு விவகாரங்களில் தலையிடுவது 'மோசமான ஆக்கிரமிப்பு' என்று குறிப்பிடவும் அவர் தயங்கவில்லை.

ஆட்சிமொழி

அரசியல் சட்ட நிர்ணய சபையில் இந்தி வெறியர்கள் பலர் இருந்தார்கள். இந்தியை உடனே தேசிய மொழியாக அறிவிக்க வேண்டும் என்றும், அதுவே அரசு மொழியாக இயங்க வேண்டும் என்றும் வலியுறுத்தினார்கள். அதை எதிர்த்தவர்களும் பலர் இருந்ததால் விவாதங்கள் மிகவும் சூடாக இருந்தன. சூட்டைத் தணித்தவர்களில் முக்கியமானவர் அம்பேத்கர். ஆட்சிமொழி இந்தியாக இருக்கும். ஆனால், முதல் 15 வருடங்கள் ஆங்கிலமும் தொடர்ந்து இயங்கும். நாடாளுமன்றம் விரும்பினால், ஆங்கிலம் மேலும் இயங்கலாம் என்ற அரசியல் சட்டம் அவரது வழிகாட்டலில் உருவானது.

குடியரசுத் தலைவரின் அதிகாரங்கள்

நாடாளுமன்றம் துவங்குவதற்கு முன்னால் குடியரசுத் தலைவர் உரை நிகழ்த்த வேண்டும் என்று பரிந்துரை செய்ததே அம்பேத்கர்தான். அதுவே, பின்னால் அரசியல் சட்டமாக மலர்ந்தது. ஆனால், அவர்

குடியரசுத் தலைவருக்கு அளவற்ற அதிகாரங்களைத் தர விரும்பவில்லை. பிரதமர் மற்றும் அமைச்சர்களின் அறிவுரைகளை குடியரசுத் தலைவர் ஏற்றுக்கொள்ள மறுத்தால், அவரைப் பதவியிலிருந்து நீக்கும் அதிகாரம் நாடாளுமன்றத்துக்கு இருக்கிறது என்பதில் ஐயம் இல்லை என்று அவர் சொல்லியிருக்கிறார். எனவே, மக்களால் தேர்ந்தெடுக்கப்பட்டவர்கள்தான் இந்த நாட்டை உண்மையாக ஆள்பவர்கள் என்ற கொள்கையில் உறுதியாக இருந்தவர் அவர்.

மாற்ற முடியாத அரசியல் சட்டமா?

இந்திய அரசியல் சட்டம் மிகவும் இறுக்கமானது, விரிவாக எழுதப்பட்டதால் மாற்றங்கள் செய்யக் கூடிய சாத்தியங்களை வெகுவாகக் குறைத்துவிடுகிறது என்ற குற்றச்சாட்டை ஜென்னிங்க்ஸ் போன்ற அரசியல் சட்ட வல்லுநர்கள் முன்வைத்திருக்கிறார்கள். ஆனால், "விரிவாக எழுதப்படாவிட்டால் அதை மிக எளிதாக அரசினால் உள்ளறுப்புச் செய்ய முடியும்" என்று அம்பேத்கர் சொன்னார். அரசியல் சட்டத்தைத் திருத்துவதையும் எளிதாக்க அவர் விரும்பவில்லை.

மக்களால் தேர்ந்தெடுக்கப்பட்டு வரப்போகும் நாடாளுமன்றத்துக்கு அந்த உரிமையை அளிக்க வேண்டும் என்று நேரு விரும்பினார் என்பதை இங்கு குறிப்பிட வேண்டும். ஆனால், அம்பேத்கர் சொன்னார் "அரசியல் அமைப்புச் சட்டம் ஓர் அடிப்படை ஆவணம். அதை நாடாளுமன்றம் பெரும்பான்மை பலத்தை மட்டும் வைத்துக்கொண்டு திருத்த முடிந்தால் ஏற்படப்போவது பெரும் குழப்பம்." இவ்வளவு தெளிவாக எழுதப்பட்ட பிறகும் இதுவரை நடைபெற்றிருக்கும் உள்ளறுப்பு வேலைகளை நாம் கவனித்தால் அம்பேத்கரின் தொலைநோக்குப் பார்வையின் மகத்துவம் நமக்கு விளங்கும்.

அம்பேத்கர் தலித் மக்களுக்கு மட்டுமின்றி, இந்திய மக்கள் அனைவருக்கும் ஒரு வழிகாட்டி என்பது எல்லா மக்களுக்கும், குறிப்பாக இளைஞர்களுக்குத் தெரிய வேண்டும். இந்திய அரசியலமைப்புச் சட்டம் பாரதியின் வாக்கில் சொல்வதானால் அம்பேத்கரின் "எண்ணம் எலாம் நெய்யாக எம் உயிரின் உள் வளர்ந்த வண்ண விளக்கு." அது ஒளி விட்டு எரியும் வரை அவர் புகழும் குன்றாது.

செல்வ புவியரசன்
பத்திரிகையாளர்

அரசியலமைப்பின் சிற்பி

இந்தியா சுதந்திரம் பெற்றதைக்காட்டிலும் முக்கியமானது, அதன் அரசியலமைப்பை இயற்றிய வரலாறு. அண்டை நாடான நேபாளம் மன்னராட்சியிலிருந்து விடுபட்டுப் புதிய அரசியலமைப்பை இயற்றுவதற்குள் சந்தித்திருக்கும் சண்டை சச்சரவுகளையெல்லாம் பார்த்தால், நாம் எவ்வளவு பெரிய சாதனை புரிந்திருக்கிறோம் என்பது புரியும்.

இந்தியாவுக்குச் சுதந்திரம் அறிவிக்கப்படும் முன்பே அதன் அரசியலமைப்பின் பணி தொடங்கிவிட்டது. 1946 - ல் இந்தியாவின் மொத்த மக்கள்தொகையில் வெறும் 14% பேர்தான் வாக்குரிமை பெற்றிருந்தார்கள். அவர்களால் மாகாணத் தேர்தலில் தேர்ந்தெடுக்கப்பட்ட பிரதிநிதிகளே அரசியலமைப்பு அவையின் உறுப்பினர்களை முடிவு செய்தார்கள். அவையில் சமஸ்தான மன்னர்களின் பிரதிநிதிகளும் உறுப்பினர்களாக இடம்பெற்றிருந்தார்கள். இருந்தாலும்கூட இயற்றப்பட்ட அரசியலமைப்பு இந்தியக் குடிமக்கள் அனைவரின் நலன்களையும் பாதுகாப்பதாகத்தான் அமைந்திருக்கிறது.

அம்பேத்கரின் நிபுணத்துவம்

அரசியலமைப்பின் ஆலோசகராக இருந்த பனகல் நரசிங்க ராவ், தனது நிர்வாகம் மற்றும் நீதித் துறை அனுபவங்களின் காரணமாகப் பல்வேறு நாடுகளின் மிகச் சிறந்த அரசியலமைப்புக் கூறுகளைத் தேர்ந்தெடுத்து வழங்கி இந்திய அரசியலமைப்புக்கு வழிகாட்டினார். வங்கத்திலிருந்து உறுப்பினராகத் தேர்வாகிய அம்பேத்கர், அவையில் விவாதிக்கப்பட்டு ஒருவாறு உருவம் கண்டுவிட்ட அரசியலமைப்பைத் தனது நிபுணத்துவத்தால் மேலும் மெருகூட்டினார்.

அன்றைய பம்பாய் மாகாணத்திலேயே பிறந்து வளர்ந்து பணி செய்த அம்பேத்கர் ஏன் வங்கத்திலிருந்து பிரதிநிதியாகத் தேர்ந்தெடுக்கப்பட்டார்?

அம்பேத்கர் 1942-ல் பட்டியல் சாதியினருக்கான முதல் அரசியல் கட்சியான ஷெட்யூல்டு கேஸ்ட் ஃபெடரேஷனைத் தொடங்கினார். அக்கட்சி 1946-ல் நடந்த மாகாணத் தேர்தலில் இந்தியா முழுவதிலும் 51 இடங்களில் போட்டியிட்டது. ஆனால், வங்கத்தில் ஓரிடத்திலும் மத்திய மாகாணத்தில் ஓரிடத்திலும் மட்டுமே அதனால் வெற்றிபெற முடிந்தது. அதே ஆண்டில் மாகாண உறுப்பினர்கள் ஒன்றுகூடி அரசியலமைப்பு அவைக்கான உறுப்பினர்களைத் தேர்ந்தெடுத்தனர். மாகாணங்களில் பெரும்பான்மையான இடங்களைக் கைப்பற்றியிருந்த காங்கிரஸ் ஆங்கில ஆட்சியில் சிறைக் கொடுமை அனுபவித்த தலைவர்களுக்கு அரசியலமைப்பு அவை உறுப்பினர் என்ற பதவியை அளித்தது.

இந்தச் சமயத்தில்தான் வல்லபாய் பட்டேலின் அறிவுறுத்தலின்படி அம்பேத்கர் பம்பாய் மாகாணத்திலிருந்து அரசியலமைப்பு அவைக்குத் தேர்ந்தெடுக்கப்படாமல் தவிர்க்கப்பட்டார். வங்கத்தின் ஷெட்யூல்டு கேஸ்ட் ஃபெடரேஷன் தலைவராக இருந்த ஜோகேந்திர நாத் மண்டல், முஹம்மது அலி ஜின்னாவின் நண்பர். எனவே, மண்டல் முஸ்லிம் லீக் ஆதரவைப் பெற்று அம்பேத்கரை வங்கத்திலிருந்து அரசியலவைக்குத் தேர்ந்தெடுக்கச் செய்தார். பின்னாட்களில் மண்டல் பாகிஸ்தானின் தற்காலிக அரசியலவைக்குத் தலைவராகவும் அந்நாட்டின் முதலாவது சட்ட அமைச்சராகவும் பதவிவகித்தார். இந்தியாவில் அம்பேத்கர் வகித்த அதே

மதிப்புக்குரிய பதவியை பாகிஸ்தானிலும் பட்டியல் சாதியைச் சேர்ந்த ஒரு வழக்கறிஞரே வகித்திருக்கிறார்.

அம்பேத்கரின் தேவை

பம்பாய் மாகாணத்தின் பிரதிநிதியாக இருந்த எம்.ஆர்.ஜெயகர் அரசியலமைப்பு அவையிலிருந்து விலகிக்கொள்ள, அவரது இடத்துக்கு அம்பேத்கர் சென்றார். அவர் காங்கிரஸைக் கடுமையாக விமர்சித்தபோதும் அவரது தேவை அரசியலமைப்பு அவைக்கு அவசியமானதாக இருந்தது. அரசியலமைப்பு அவைக்குள் நுழையவே அனுமதிக்கப்படாத அம்பேத்கர்தான், கடைசியில் அந்த அரசியலமைப்புக்கு எழுத்து வடிவம் கொடுத்தார்.

இந்தியாவில் அமையவிருக்கும் புதிய அரசியலமைப்பு, பட்டியல் சாதியினருக்கு நிச்சயம் பாதுகாப்பு அளிக்கும் என்று அம்பேத்கர் நம்பினார். அதன் காரணமாகவே இந்தியாவில் பட்டியல் சாதியினரின் நிலையைப் பற்றி ஐக்கிய நாடுகள் அவைக்கு அனுப்புவதற்காக அவர் தயாரித்திருந்த அறிக்கையை அனுப்பாமல் நாட்களைத் தள்ளிப்போட்டார். கடைசியில், அரசியலமைப்பில் பட்டியல் சாதியினரின் பாதுகாப்புக்கான அம்சங்களைப் பற்றி அவருக்கு மனநிறைவு ஏற்படவில்லை. எனினும், அவற்றை அரசு வலிமையான முறையில் செயல்படுத்த வாய்ப்பிருக்கிறது என்பதை ஏற்றுக்கொண்டார்.

சாதி அமைப்பு ஏன்?

அம்பேத்கர் மட்டும்தான் தீண்டாமை என்னும் சமூக அவலத்துக்கு எதிராகப் பணிபுரிந்தாரா? அவருக்கு முன்பே சீர்திருத்தவாதிகள், ஆன்மிகத் தலைவர்கள், அரசியல் தலைவர்கள் என்று தீண்டாமையை எதிர்த்துப் பணியாற்றிவர்கள் நிறையவே இருக்கிறார்கள். அவர்கள் அனைவருமே உணர்வுபூர்வமாகத்தான் தீண்டாமை எதிர்ப்பில் ஈடுபட்டார்கள். அம்பேத்கர் மட்டும்தான் உணர்ச்சிகளைக் காட்டிலும் அறிவுக்கு முக்கியத்துவம் கொடுத்துச் செயல்பட்டார். சாதியும் தீண்டாமையும் இந்திய நாட்டில் மட்டும் எப்படி இருக்கிறது என்று ஆராய்ச்சி நடத்தினார். ஒருவரைத் தொடர்ந்து ஏழையாக வைத்திருக்கவும், அவரிடம் மிகக் குறைவான சம்பளத்தைக் கொடுத்து அதிகமான வேலைகளை வாங்கவும் ஏற்படுத்தப்பட்டதுதான் சாதி என்ற அமைப்பு. இந்த அமைப்பை இந்து மத சாஸ்திரங்கள் பாதுகாக்கின்றன என்று தனது ஆராய்ச்சியின் முடிவில் வெளிப்படுத்தினார்.

தீண்டாமை ஒரு சமூகப் பிரச்சினை. மக்களிடம் மன மாற்றங்களை உருவாக்குவதன் மூலம் தீண்டாமையை ஒழித்துவிடலாம் என்றுதான் மற்ற தலைவர்கள் கருதினார்கள். ஆனால், தீண்டப்படாத மக்கள் தங்களது உரிமைகளை இழந்து நிற்கிறார்கள். எனவே, இது ஒரு அரசியல் பிரச்சினை

என்று அம்பேத்கர் கூறினார். அரசியல்ரீதியில் இந்தச் சிக்கலுக்குத் தீர்வு காணவும் முயன்றார். அந்நிய ஆட்சியாளர்கள் என்றபோதும் ஆங்கிலேயர்களை அணுகி தீண்டப்படாத மக்களுக்கு அரசியலில் பங்கெடுக்கும் உரிமையைக் கோரினார். லண்டனில் நடந்த வட்ட மேஜை மாநாடுகளில் தனது கோரிக்கையை எடுத்துவைத்தார். அதன் விளைவாக தீண்டப்படாத நிலையிலிருந்த மக்கள் நாடாளுமன்றத்திலும்? சட்ட மன்றங்களிலும் உறுப்பினர் ஆவதற்கு வழிசெய்தார்.

அம்பேத்கரின் சோஷலிசக் கனவு

அம்பேத்கர் அரசியலமைப்பின் உருவாக்கத்தில் பங்கெடுத்துக்கொண்டதால் பட்டியல் சாதியினருக்காக அவர் பல காலமாகக் கோரிவந்த உரிமைகளைப் பெற்றுத்தர முடிந்தது. அவையில் அவரது விவாதங்கள் பட்டியல் சாதியினருக்கானதாக மட்டுமே இருந்திருந்தால், அவர் வரலாற்றில் வெறும் சாதிக் கட்சித் தலைவராகவே சுருங்கிப்போயிருப்பார். ஆனால், அவர் சிறுபான்மையினரின் நலன்களையும் பாதுகாக்க முயன்றார். ‘முக்கியத் தொழில்துறைகள் அனைத்தும் அரசால் நடத்தப்பட வேண்டும் என்ற சோஷலிசக் கனவும் அவருக்கு இருந்தது. காப்பீடு, அரசின் தனியுரிமையாக இருக்க வேண்டும், அனைத்து விவசாய நிலங்களையும் அரசே தன் பொறுப்பில் எடுத்துக்கொண்டு அவற்றைச் சீர்படுத்தி விவசாயிகளுக்குக் குத்தகை முறையில் பங்கிட்டு வழங்க வேண்டும்’ என்பன போன்ற அம்பேத்கரின் பல சமதர்மக் கனவுகளில் கொஞ்சமே கொஞ்சம் மட்டும்தான் அரசியலமைப்பின் வழியாக நிறைவேறியிருக்கிறது.

வலுவான நடுவணரசு, அரசின் அலுவல்மொழி பற்றிய அரசியலமைப்புப் பிரிவுகளெல்லாம் இந்தியக் குடிமக்கள் அனைவருக்கும் சமமான அரசியல் உரிமையை வழங்கிவிடவில்லை. ஆனால், அவர்கள் அனைவருக்கும் விரும்பிய மதங்களைப் பின்பற்றும் உரிமை, தமது மொழியைப் பாதுகாக்கும் உரிமை, அடிப்படை உரிமைகள் பாதிக்கப்பட்டால் அதை எதிர்த்து வழக்கிடும் உரிமை ஆகியவை சர்வநிர்ச்சயமாக உறுதிசெய்யப்பட்டிருக்கின்றன. அரசியல் உரிமைகளைக் காலப்போக்கில் போராடிப் பெற்றுக்கொள்ளலாம். இடஒதுக்கீட்டை அனுமதிக்கும் பிரிவு அப்படித்தானே ஏற்றுக்கொள்ளப்பட்டது.

அரசியலமைப்பின் அடிப்படையை நாடாளுமன்றத்தால் மாற்றி எழுதிவிட முடியாது. அதன் காவலராக உச்ச நீதிமன்றமும் இருக்கிறது. எனினும், இந்திய அரசியலமைப்பு, மக்களாகிய நம்மால் இயற்றப்பட்டதாகத்தான் பிரகடனப்படுத்தப்பட்டிருக்கிறது. எனவே, இயற்றியவர்களுக்கும் அதைக் காக்கும் கடமை இருக்கிறது.

●

ஜூரி
பத்திரிகையாளர்

இந்திய அரசியல் சட்டம்: மானுட ஆவணம்

அரசியலமைப்புச் சட்டம் ஒப்புதல் பெற்ற நாள்: 1949 நவம்பர் 26

உலகின் மிகப் பெரிய ஜனநாயக நாடான இந்தியாவின் அரசியல் சட்டத்துக்கு மிகப் பெரிய வரலாற்றுப் பின்னணியும் சிறப்புகளும் உண்டு. உலகிலேயே மிகப் பெரிய அல்லது மிக நீண்ட, எழுத்துபூர்வமான அரசியல் சட்டம் நம்முடையதுதான். 1949-ம் ஆண்டு நவம்பர் 26-ம் தேதி இந்திய நாடாளுமன்றத்தால் இது முறையாக ஏற்கப்பட்டது. இந்தியா சுதந்திரம் அடையும்போது அதற்கென்று தனி அரசியல் சட்டம் வேண்டும், அதற்கான பணிகளை இப்போதே தொடங்க வேண்டும் என்று தலைசிறந்த இடதுசாரிச் சிந்தனையாளர் எம்.என். ராய் முதன்முதலாக 1934-ல் குரல் கொடுத்தார். அவருடைய யோசனையை ஏற்று இந்திய தேசிய காங்கிரஸ் கட்சி 1935-ல் அதையே தீர்மானமாக நிறைவேற்றி, பிரிட்டிஷ் அரசுக்கு அனுப்பியது. 5 ஆண்டுகளுக்குப் பிறகு பிரிட்டிஷ் அரசும் அந்த யோசனையை ஏற்றது. கவர்னர் ஜெனரல் லின்லித்கோ பிரபு தலைமையிலான தேசிய நிர்வாகக் கவுன்சில் இதற்காக விரிவுபடுத்தப்பட்டது. அப்போதே பூர்வாங்க வேலைகள் தொடங்கின.

நிர்ணய சபை

அரசியல் சட்டத்தை வகுப்பதற்கான அரசியல்சட்ட நிர்ணய சபை 9.12.1946-ல் முதல்முறையாகக் கூடியது. நாடாளுமன்றத்தின் மைய

மண்டபம் என்று இப்போது அழைக்கப்படும் இடத்தில்தான் அரசியல் சட்ட நிர்ணய சபை கூடியது. இந்தச் சபையின் மொத்த உறுப்பினர் எண்ணிக்கை 389 என்று முதலில் நிர்ணயிக்கப்பட்டது. பாகிஸ்தான் தனி நாடாகப் பிரிந்ததாலும், சில சமஸ்தானங்கள் உறுப்பினர் தகுதியை இழந்ததாலும் இந்தியப் பகுதிக்கான அரசியல் சட்ட நிர்ணய சபையின் உறுப்பினர் எண்ணிக்கை 299 ஆகக் குறைந்தது. இவற்றுள் 207 உறுப்பினர்கள் பல்வேறு மாகாண சட்டசபைகளிலிருந்து பிரதிநிதிகளாகத் தேர்ந்தெடுக்கப்பட்டார்கள். சுதேச சமஸ்தானங்கள் 93 பிரதிநிதிகளை அனுப்பின. 4 பிரதான மாகாணங்களிலிருந்து 4 பேர் சேர்க்கப்பட்டனர்.

13.2.1946-ல் இந்த சபைக்கான நோக்கங்களைத் தெரிவிக்கும் தீர்மானத்தை ஜவஹர்லால் நேரு முன்மொழிந்தார். 22.1.1947-ல் இந்தத் தீர்மானம் ஏற்கப்பட்டது. 14.8.1947-ல் இந்த சபை கூடி, சட்டத்தை வகுக்கும் பணியைத் தொடங்கியது. 29.8.1947-ல் அரசியல் சட்டத்தை வகுக்கும் குழு, டாக்டர் பி.ஆர். அம்பேத்கர் தலைமையில் அமைக்கப்பட்டது. அரசியல் சட்ட நிர்ணய சபைக்கு முதலில் சச்சிதானந்த சின்ஹா தலைவரானார். பிறகு, பாபு ராஜேந்திர பிரசாத் தலைமையேற்றார். ஹரேந்திர குமார் முகர்ஜி என்ற வங்காள கிறிஸ்தவர் துணைத் தலைவரானார்.

இந்த அரசியல் சட்ட நிர்ணய சபை, பல்வேறு குழுக்களாகப் பிரிந்து பணி செய்தது. பாபு ராஜேந்திர பிரசாத் 4 குழுக்களுக்குத் தலைவராக இருந்தார். நிர்ணய சபைக்கான விதிகளை வகுக்கும் குழு, வழிகாட்டும் குழு, நிர்ணய சபைக்காகும் நிதியை நிர்வகித்தல், ஊழியர்களை அமர்த்துதல் ஆகியவற்றுக்கான குழு, தேசியக் கொடியைத் தேர்வுசெய்யும் குழு ஆகியவற்றுக்கு அவர் தலைவராகத் திகழ்ந்தார்.

தலைவர் அம்பேத்கர்

மாநிலங்களின் சட்டங்களுக்கான குழு, மத்திய அரசின் அதிகாரங்களையும் கடமைகளையும் வகுக்கும் குழு, மத்திய அரசின் அரசியல் சட்டங்களைத் தெரிவு செய்யும் குழு ஆகியவற்றுக்கு ஜவஹர்லால் நேருவே தலைவராக இருந்தார். அடிப்படை உரிமைகள், சிறுபான்மையினர், பழங்குடிகள் உரிமை, விலக்களிக்கப்பட்ட பகுதிகள் தொடர்பான ஆலோசனைக் குழுவுக்குத் தலைவர், உள்துறை அமைச்சர் சர்தார் வல்லபாய் படேல். ஒட்டுமொத்தமான அரசியல் சட்ட வரைவுக் குழுத் தலைவர் டாக்டர் பி.ஆர். அம்பேத்கர்.

இந்த அரசியல்சட்ட நிர்ணய சபை மொத்தம் 2 ஆண்டுகள், 11 மாதங்கள், 17 நாட்களுக்குப் பணி செய்தது. 11 தொடர்களாகக் கூட்டங்கள் நடந்தன. மொத்தம் 165 நாட்கள் சபை கூட்டம் நடந்தது. அதில் 114 நாட்கள் வரைவு அரசியல் சட்டம் தொடர்பான பிரதான விவாதங்களுக்கும் திருத்தத் தீர்மானங்களுக்கும் செலவிடப்பட்டது. மொத்தம் 7,635 திருத்தத்

தீர்மானங்கள் தாக்கல் செய்யப்பட்டன. அவற்றுள் 2,473 விவாதித்து பைசல் செய்யப்பட்டன. பிரிட்டனில் நடைமுறையில் உள்ள அரசியல் சட்டத்தை அடிப்படையாக வைத்து, இந்திய அரசியல் சட்டம் உருவாக்கப்பட்டது. அமெரிக்கா, கனடா, அயர்லாந்து, ஜெர்மனி, ஆஸ்திரேலியா உள்ளிட்ட சில நாடுகளின் அரசியல் சட்டங்களின் சில அம்சங்களும் தேவைக்கேற்பச் சேர்க்கப்பட்டன.

சமத்துவ, மதச்சார்பற்ற...

இந்திய அரசியல் சட்டத்தில் மொத்தம் 395 பிரிவுகள், 12 அட்டவணைகள் இடம்பெற்றன. இந்திய அரசியல் சட்டம் ஆங்கிலம், இந்தி ஆகிய 2 மொழிகளில் இயற்றப்பட்டிருக்கிறது.

"இறையாண்மை மிக்க, சோஷலிச, மதச்சார்பற்ற, ஜனநாயக, குடியரசு" என்று இந்திய அரசியல் சட்டம் நம் நாட்டைப் பற்றிக் கூறிக்கொள்கிறது. அனைவருக்கும் சம நீதி, சம அந்தஸ்து, சம சுதந்திரம் வழங்குவதே இந்திய அரசியல் சட்டத்தின் அடிப்படை அம்சம். 1976-ல் இந்திராகாந்தி ஆட்சியில் கொண்டுவரப்பட்ட திருத்தம் மூலமாகத்தான் நம்முடைய அரசியல் சட்டத்தின் முகப்பு வாசகத்தில் 'சோஷலிச, மதச்சார்பற்ற' என்ற 2 வார்த்தைகள் சேர்க்கப்பட்டன. 26.11.1949-ல் அரசியல் சட்டம் இறுதி செய்யப்பட்டு ஏற்கப்பட்டது. சபையின் 284 உறுப்பினர்கள் 24.1.1950-ல் அதில் கையெழுத்திட்டார்கள்.

26.1.1950-ல் புதிய இந்திய அரசியல் சட்டம் அமலுக்கு வந்தது. அன்றைய தினம் தேசிய சட்டப் பேரவையின் பதவிக்காலம் முடிந்து, அதுவே நாடாளுமன்றமாக மாறியது. 1952-ல் முதல் பொதுத் தேர்தலுக்குப் பிறகு, புதிய நாடாளுமன்றம் உருவானது.

இந்தியா மிகப் பெரிய ஜனநாயக நாடாகத் திகழ முக்கியமான காரணம், நம்முடைய அரசியல் சட்டம்தான். மகத்தான மானுட ஆவணம் என்று அழைக்கப்படும் 'இந்திய அரசியலமைப்புச் சட்ட'த்தின் உருவாக்கத்தில் நூற்றுக்கணக்கான ஆண்டுகளின் போராட்டங்கள், தவிப்புகள், மகத்தான தலைவர்களின் கனவுகள், தியாகங்கள் எல்லாமே இருக்கின்றன. நள்ளிரவில் சுதந்திர நடையை ஆரம்பித்த நம் தேசத்துக்கு, வெளிச்சத்தைத் தந்தது நமது அரசியலமைப்புச் சட்டமே. அது ஏற்கப்பட்ட இந்த நாள் இந்திய வரலாற்றில் மிகவும் முக்கியமான நாள்.

ஒட்டுமொத்த இந்தியாவா, இந்தி இந்தியாவா?

இந்தி, இந்துஸ்தானி ஆகிய மொழிகளின் ஆதிக்கத்தை எதிர்த்துத் தமிழகத்தைச் சேர்ந்த டி.டி. கிருஷ்ணமாச்சாரி எழுப்பிய குரல் மிகவும் முக்கியமானது: "ஷேக்ஸ்பியரையும் மில்டனையும் படிக்குமாறு

கட்டாயப்படுத்தியதால் ஆங்கிலத்தை வெறுத்தோம்; இந்தியைப் படித்துத்தான் தீர வேண்டுமென்றால், படிக்கும் வயதைக் கடந்துவிட்ட என்னால் படிக்க முடியாது. நீங்கள் எனக்குத் தரும் நெருக்கடியாலும் படிக்க முடியாது. வலுவான மத்திய அரசு வேண்டும் என்று நினைக்கிறோம். ஆனால், அந்த மத்திய அரசு மக்களை அடிமைப்படுத்தி தேசிய மொழியைப் படிக்குமாறு கட்டாயப்படுத்தும் என்றும் அஞ்சுகிறோம். ஏற்கெனவே, தென்னிந்தியாவில் சிலர் பிரிவினையைப் பற்றிப் பேசிக்கொண்டிருக்கின்றனர். இந்நிலையில், இந்தியைக் கட்டாயமாக்க வேண்டும் என்று ஐக்கிய மாகாண நண்பர்கள் வலியுறுத்துவது நாட்டின் ஒற்றுமைக்கு எந்த விதத்திலும் உதவாது. ஒட்டுமொத்த இந்தியா வேண்டுமா, இந்தி இந்தியா வேண்டுமா என்பதை அவர்கள்தான் தீர்மானித்துக்கொள்ள வேண்டும்."

பக்கம்பக்கமாய்...

இந்திய அரசியல் சட்ட நிர்ணய சபைக் கூட்டத்தில் நடந்த விவாதங்கள், நடைமுறைகள், செயல்பாடுகள் 11 பெரிய தொகுப்புகளாக அச்சிடப்பட்டுள்ளன. இவற்றில் சில 1,000 பக்கங்களுக்கும் மேல் கொண்டவை.

தனி சோபை

காந்தி குல்லாய்களும் நேரு பாணி சட்டைகளும் நிறைந்த அவையில் 9 பெண்கள் இடம்பெற்றிருந்தது அவைக்குத் தனி சோபையைத் தந்தது

என்று ஒரு தேசிய நாளிதழ் வர்ணித்திருந்தது. காலம்காலமாகப் பெண்களை வீட்டுக்குள்ளே பூட்டிவைத்திருந்த இந்திய சமூகத்தில் இது பெரும் புரட்சி!

காந்தியும் அம்பேத்கரும்

மிகக் குறுகிய காலமே சட்ட அமைச்சராகப் பணியாற்றினாலும், சுதந்திர இந்தியாவின் சட்டப் பாதைக்கு மகத்தான வழிகாட்டியவர் அம்பேத்கர். சுதந்திரத்துக்குப் பிந்தைய முதல் அமைச்சரவைப் பட்டியல் காந்தியின் பார்வைக்குப் போனபோது அதில் அம்பேத்கர் பெயர் இல்லை. அப்போது "சுதந்திரம் இந்தியாவுக்குக் கிடைத்திருக்கிறது. காங்கிரஸுக்கு அல்ல" என்றார் காந்தி. சட்ட அமைச்சராக அம்பேத்கர் பெயர் இடம்பெற்றது.

இங்கிலீஷ் பேண்டு

அரசியலமைப்புச் சட்டத்துக்கு விமர்சகர்களும் உண்டு. கிராமம், நகரம் இரண்டில் இந்தியா எதை அடிப்படையாகக்கொள்வது என்ற கேள்வி அப்போது எழுந்தது. கிராமமா, நகரமா என்பதைவிட, தனிநபரை அடிப்படையாக வைத்தே சட்டங்கள் இருக்க வேண்டும் என்று தீர்மானிக்கப்பட்டது. அரசியல் சட்டம் தொகுக்கப்பட்ட பிறகு, காந்தியத் தன்மையே இதில் இல்லையே என்று மகாவீர் தியாகி ஏமாற்றத்தை வெளிப்படுத்தினார். "என்னைப் போன்ற சுதந்திரப் போராட்டத் தியாகிகள் வீணை அல்லது சிதாரின் ஒலியைத்தான் எதிர்பார்த்தோம், முடிவில் இங்கிலீஷ் பேண்டு அல்லவா ஒலிக்கிறது?" என்று அங்கலாய்த்தார் கே. ஹனுமந்தையா.

●

கே.சந்துரு
மேனாள் நீதியரசர்

சட்ட தினம் உணர்த்தும் கடமைகள்!

இந்திய சட்ட வரலாற்றில் 26.11.1949 என்ற தேதி முக்கிய தேதியாகும். அந்த நாளில்தான் அரசமைப்புச் சட்ட இறுதி வடிவத்தினை, அரசமைப்புச் சட்டப்பேரவை தீர்மானமாக நிறைவேற்றிய நாள். 67 ஆண்டுகளுக்குப் பின்னர், சட்ட தினத்தைக் கொண்டாடிவரும் நாம், கடந்து வந்த பாதையை நினைவுகூர வாய்ப்பு ஏற்பட்டுள்ளது. 400 ஆண்டுகள் காலனி ஆதிக்கத்தில் சுரண்டப்பட்டுவந்த மக்களுக்குக் கிடைத்த அரசியல் சுதந்திரம், அதையொட்டி உருவாக்கப்பட்ட மதச்சார்பற்ற ஜனநாயகக் குடியரசுக்கு என்றே எழுதப்பட்ட அரசமைப்புச் சட்டம், அதை உருவாக்கிய தலைசிறந்த சட்ட மேதைகளின் குழு, அக்குழுவின் தலைவராக டாக்டர் அம்பேத்கர் வீற்றிருந்தது போன்றவற்றையெல்லாம் நினைக்கும்போது மிகவும் பெருமையாக இருக்கிறது.

அரசமைப்புச் சட்டத்தை எழுதுவதற்காக ஏற்படுத்தப்பட்ட குழுவின் தலைவரான அம்பேத்கர், உறுப்பினர்களின் ஓட்டெடுப்புக்கு விடும் முன்னர் தீர்மானத்துக்கு ஆதரவாக ஆற்றிய சரித்திரப் புகழ்பெற்ற உரையின் ஒரு பகுதி:-

"1950 ஜனவரி 26-ம் தேதியன்று, நாம் முரண்பாடுகள் நிறைந்த வாழ்க்கையில் நுழையப் போகிறோம். அரசியலில் நமக்குச் சமத்துவம் இருக்கும். ஆனால், சமூக, பொருளாதாரத் தளத்தில் - சமத்துவமற்ற தன்மையே நீடிக்கும். அரசியலில் நாம் 'ஒருவருக்கு ஒரு வாக்கு, ஒருநெறி' என்பதை அங்கீகரிப்போம். ஆனால், நமது சமூக, பொருளாதார

வாழ்க்கையில், நம்முடைய பொருளாதார, சமூக அமைப்பின் காரணமாக ஒரு மனிதனுக்கு ஒரு நெறி என்ற கோட்பாட்டைத் தொடர்ந்து மறுத்துவருவோம்.

இதுபோன்ற முரண்பட்ட வாழ்க்கை முறைகளுடன் நாம் எவ்வளவு காலம் வாழப் போகிறோம்? நம்முடைய சமூக, பொருளாதார வாழ்க்கையில் இன்னும் எத்தனை காலத்துக்கு நாம் சமத்துவத்தை மறுக்கப்போகிறோம்? இப்படித் தொடர்ந்து மறுத்துவருவதன் மூலம் அரசியல் ஜனநாயகத்துக்குப் பேரிடர் மட்டுமே விளைவிப்போம். இம்முரண்பாடுகளை நாம் முடிந்த வரை குறைவான காலத்துக்குள் களைந்திட வேண்டும். இல்லையெனில், சமத்துவமின்மையால் அல்லலுறும் மக்களால் இம்மன்றம் மிகுந்த சிரமங்களுக்கிடையே கட்டியுள்ள அரசியல் ஜனநாயகமே தகர்க்கப் பட்டுவிடும்."

சோஷலிசம்

டாக்டர் அம்பேத்கர் தலைமையில் உருவாகி, உறுப்பினர்களின் முழு ஆதரவையும் பெற்ற அச்சட்டத்தின் ஆரம்ப வடிவில் சோஷலிசம் என்ற வார்த்தை எங்கேயும் பயன்படுத்தப்படவில்லை. ஆனால், அரசமைப்புச் சட்டத்தின் பல பகுதிகளில் சோஷலிசக் கூறுகள் எதிரொலித்தன. சட்டப் பிரிவு 39 நிறைவேற்றப் பட்டிருந்தால், முழுமையான சோஷலிச நாடாக இந்தியா உருவெடுத்திருக்கும். அப்பிரிவில் அரசுக்கு வழிகாட்டும் நெறிமுறைகளாகக் கூறப்பட்டிருப்பவையாவன:

பொருளாதாரச் சுரண்டலுக்கும், ஏற்றத் தாழ்வுகளுக்கும், சமத்துவமின்மைக்கும் முடிவு கட்டி, நியாயமான சமூக அமைப்பு ஒன்றை உருவாக்க வேண்டிய கடமையை அரசின் மேல் சுமத்துகிறது. “மக்கள் அனைவருக்கும் சமூக-பொருளாதார அரசியல் நீதி கிடைக்கக் கூடியதான சமுதாய அமைப்பினை உருவாக்கி, நல அரசை உருவாக்க அரசாங்கம் முயல வேண்டும். தேசிய வாழ்வின் அனைத்து ஸ்தாபனங்களிலும் அவ்வுணர்வு பரவ வகை செய்ய வேண்டும் என்று நெறிமுறைக் கோட்பாடுகளின் அடித்தளமாக விளங்கும். ஆண்-பெண் உள்ளிட்ட அனைத்துத் தொழி லாளர்களின் ஆரோக்கியமும் பலமும் சிறாரின் இளம்பிராயமும் தவறாகப் பயன்படுத்தாமலும், பொருளாதாரத் தேவைகளின் காரணமாகக் குடிமக்கள் தமது வயதுக்கும், வலுவுக்கும் பொருத்தமில்லாத வேலையைச் செய்யுமாறு கட்டாயப்படுத்தப்படாமலும்; சிறாரும் இளைஞரும் சுரண்டப்படாமல் காக்குமாறும் அரசு தன்னுடைய கொள்கைளை நெறிப்படுத்த வேண்டும்.”

சோஷலிசக் கருத்துகள் முழுவதிலும் பொதிந்துள்ள அரசமைப்புச் சட்டத்தின் அக்கருத்தை மேலும் வலியுறுத்துவதற்காக 1977-ல் திருத்தம் ஒன்று கொண்டுவரப்பட்டு, அதன்படி இந்தியா இறையாண்மை பெற்ற சோஷலிச மதச்சார்பற்ற ஜனநாயகக் குடியரசாக அறிவிக்கப்பட்டது. அந்த முகப்பு வார்த்தைகள் நான்கும் இந்தியாவைத் தாங்கி நிற்கும் நான்கு

தூண்களென்று கூறலாம். இதில் ஒரு தூண் பழுதுபட்டாலும் 120 கோடி மக்களைத் தாங்கி நிற்கும் அவ்வமைப்பு தகர்ந்துவிடும் ஆபத்து உள்ளது. அரசமைப்புச் சட்டம் நடைமுறைக்கு வந்து 66 ஆண்டுகள் ஆன பின்னரும், இந்த நான்கு தூண்களும் பலவிதத்தில் தாக்கப்பட்டுள்ளன.

ஜனநாயகம் எதிர்கொள்ளும் ஆபத்துகள்

1975-77-ல் அறிவிக்கப்பட்ட நெருக்கடி நிலைப் பிரகடனம், அரசமைப்புச் சட்டத்தையே குழிதோண்டிப் புதைத்துவிட்டு, ஜனநாயகத்தைக் கேலிக்குள்ளாக்கியது. பாபர் மசூதி இடிப்பும், இந்துத்துவத்தின் ஆட்சி என்ற பரப்புரையும் மதச்சார்பற்ற கொள்கைகளுக்கு வேட்டுவைத்துள்ளன. தனியார்மயமாக்கலும், உலகமயமாக்கலும் அரசமைப்புச் சட்டத்தில் பொதிந்துள்ள சோஷலிசக் கோட்பாடுகளுக்கு ஆபத்து விளைவிக்கின்றன. திருத்தப்படும் தொழிலாளர் சட்டங்கள் இதற்குச் சரியான உதாரணங்களாகும். தொழிலாளர் சட்டம் திருத்துவதற்கு முன்னாலேயே தனியார் மயமாக்கலை வரவேற்கும் உச்ச நீதிமன்றத் தீர்ப்புகளும், அதன் சில நீதிபதிகளின் தனிப்பட்ட கருத்துகளும் சோஷலிச அணுகுமுறையைக் கேலிக்கூத்தாக்கிவிட்டன.

சட்ட நாளை அனைத்து நிறுவனங்களும் கடைப்பிடிக்க வேண்டுமென்றும், அம்பேத்கரின் 125-வது பிறந்த நாளைக் கொண்டாட வேண்டும் என்றும் உத்தரவிட்ட மத்திய அரசின் தொடர் நடவடிக்கைகள், நம்மைக் கவலைக்குள்ளாக்குகின்றன. "இந்தியா சோஷலிச நாடு என்பதெல்லாம் வெற்று முழக்கம். இது ஒரு முதலாளித்துவ நாடு. எனவே, நீதிமன்றத்தின் தீர்ப்பின் அடிப்படை இக்கருத்தை ஒட்டியே இருக்க வேண்டும்" என்று ஒரு உச்ச நீதிமன்ற நீதிபதி தனது தீர்ப்பில் குறிப்பிட்டிருந்தது வேதனையளிக்கிறது.

கட்டாய இலவசக் கல்வி என்பது அடிப்படை உரிமையா என்ற கேள்வி அரை நூற்றாண்டு காலம் நீதிமன்றங்களில் எழுப்பப்பட்டு வந்தது. அதற்கெல்லாம் முடிவுகட்டும் விதமாக 2002-ல் அரசமைப்புச் சட்டம் மேலும் ஒரு முறை திருத்தப்பட்டு, 21-A என்ற பிரிவு கொண்டுவரப்பட்டது. அதன்படி 6 முதல் 14 வயதுக்குட்பட்ட குழந்தைகள் அனைவருக்கும் கட்டாய இலவசக் கல்வி என்பது அடிப்படை உரிமையாக்கப்பட்டது. ஆனால், அதற்கான சட்டமோ பத்து வருடங்களுக்குப் பின்னால் உருவாக்கப்பட்டது. புதிய சட்டத்தின்படி (2012) அரசு அக்கடமையை நிறைவேற்றும் பொறுப்பைத் தனியார்களுக்கும் தாரை வார்த்தது. 20 நூற்றாண்டுகளாகக் கல்வி கற்கும் உரிமை மறுக்கப்பட்ட பகுதியினருக்குப் புதிய வாய்ப்புகள் வழங்கப்பட்டதைக் கொண்டாடுவதற்கு முன்னரே அச்சட்டத்தின் பிரிவுகள் குற்றுயிராக்கப்பட்டன.

இன்று தமிழகத்தில் 42% மாணவர்கள், கட்டணம் செலுத்தியே பள்ளிக் கல்வியைப் பயின்றுவருவதைப் பார்க்கும்போது, சட்டத்தின் அடிப்படைக்கும் சமுதாயத்தின் செயல்பாடுகளுக்கும் எட்டாத இடைவெளிதான் தெரிகிறது. புதிய நூற்றாண்டு தொடங்கிய பின்னரும், இந்நாட்டில் ஐந்தில் ஒரு பகுதியினருக்கு சமநீதி மறுக்கப்பட்டுவருவதையும், இன்னும் உலர்கழிவுகளைத் தலையில் சுமப்பது ஒரு பகுதியினரின் வேலையாக்கப்பட்டிருப்பதையும், பெரும்பான்மையான மக்கள் இன்னமும் வறுமைக்கோட்டின் கீழ் வாடிவருவதையும் பார்க்கும்போது, கூரையே வானமாக்கிக் கொண்டு குடியிருக்கும் லட்சக்கணக்கான இந்தியர்களைக் காணும்போது, முன்னர் கூறிய டாக்டர் அம்பேத்கரின் கூற்றுகள்தான் மேலும் மெய்ப்பிக்கப்பட்டிருக்கின்றன.

சட்ட தின உறுதிமொழி என்பது சடங்காக மாறிவிடாமல், அரசமைப்புச் சட்டத்தில் கூறப்பட்டுள்ள அடிப்படை உரிமைகள் நடைமுறைப்படுத்தப்பட வேண்டும். நெறிகாட்டு வழிமுறைகள் சட்ட உரிமைகளாக மாற்றப்பட வேண்டும்.

●

செல்வ புவியரசன்
பத்திரிகையாளர்

அரசமைப்பின் முகப்புரை: ஒரு பேசப்படாத வரலாறு

இந்திய அரசமைப்புச் சட்டம் தொடர்பாக 2020-ல் வெளிவந்த நூல்களுள் ஆகாஷ் சிங் ரத்தோர் எழுதிய 'அம்பேத்கர்'ஸ் ப்ரியாம்பில்' பரவலான கவனத்தைப் பெற்றது. 'இந்திய அரசமைப்புச் சட்டத்தின் ஒரு ரகசிய வரலாறு' என்று தனது புத்தகத்துக்குத் துணைத்தலைப்பு இட்டிருந்தார் ஆகாஷ்.

அரசமைப்பின் திறவுகோல் என்று வர்ணிக்கப்படுவது அதன் முகப்புரை. ஜவாஹர்லால் நேருவால் முன்மொழியப்பட்ட குறிக்கோள் தீர்மானமே அரசமைப்புச் சட்டத்தின் முகப்புரையாக அமைந்தது என்று கூறப்படுகிறது. முகப்புரை உருவாக்கத்தில் அரசமைப்புச் சட்ட ஆலோசகர் பி.என்.ராவ், அரசமைப்புச் சட்ட அவை உறுப்பினர்கள் ஆகியோரின் பங்களிப்புகளைக் குறித்து கேள்விகளை எழுப்பி விடையளித்துள்ள ஆகாஷ், அரசமைப்புச் சட்ட வரைவுக் குழுவில் தொடர்ந்து கலந்துகொண்ட ஒரே நபர் என்ற அடிப்படையில் அம்பேத்கரின் பங்களிப்புக்கு முக்கியத்துவம் கொடுத்திருக்கிறார்.

நேருவின் தீர்மானம்

மே 11, 1946-ல் பிரிட்டிஷ் அமைச்சரவைக் குழு சுதந்திர இந்தியாவுக்கான அரசமைப்புச் சட்டத்தை இயற்றிக்கொள்ள பரிந்துரை செய்தது. அதைத் தொடர்ந்து, ஜூலை 22, 1946-ல் காங்கிரஸ் காரிய கமிட்டியால் நியமிக்கப்பட்ட நிபுணர்கள் குழு, குறிக்கோள் தீர்மானத்துக்கான வரைவை

இறுதிசெய்தது. ஜவாஹர்லால் நேரு தலைமையிலான அந்தக் குழுவில் ஆசப் அலி, கே.எம்.முன்ஷி, என்.கோபாலசாமி அய்யங்கார், கே.டி.ஷா, ஹுமாயூன் கபீர் ஆகியோர் இடம்பெற்றிருந்தனர். ஏறக்குறைய ஐந்து மாதங்கள் கழித்து டிசம்பர் 13, 1946 அன்று அரசமைப்புச் சட்ட அவையில் ஜவாஹர்லால் நேரு அத்தீர்மானத்தை முன்மொழிந்தார். டிசம்பரிலும் ஜனவரியிலும் எட்டு நாட்கள் விவாதத்துக்குப் பிறகு ஜனவரி 22, 1947 அன்று அத்தீர்மானம் நிறைவேற்றப்பட்டது. திருத்தக் கோரிக்கைகள் அனைத்தும் திரும்பப்பெறப்பட்டதால் அவையில் ஒருமனதாக நிறைவேறியது.

நேரு முன்மொழிந்த குறிக்கோள் தீர்மானத்தின் மீது விவாதிக்கவும் திருத்தம் கோரவும் 50 பேர் விருப்பம் தெரிவித்ததை அரசமைப்புச் சட்ட அவையின் தலைவர் ராஜேந்திர பிரசாதின் உரையிலிருந்து அறிந்துகொள்ள முடிகிறது. சமநலவாதியான ஜவாஹர்லால் நேரு, குறிக்கோள் தீர்மானத்தில் ‘சோஷலிஸம்’ என்ற வார்த்தையைக் குறிப்பிடவில்லை. சமநலப் பொருளாதாரம் இல்லாவிட்டால் சமூக, பொருளாதார, அரசியல் சுதந்திரம் எப்படிக் கிடைக்கும் என்று அப்போது அவையில் கேள்வியெழுப்பியிருக்கிறார் அம்பேத்கர். அப்போது அவர் அவை உறுப்பினராக மட்டுமே இருந்தார். வரைவுக் குழு அப்போது அமைக்கப்படவில்லை.

ஐக்கிய இந்திய நாடுகள்

அனைத்திந்திய பட்டியலினக் கூட்டமைப்பில் சார்பின் அரசமைப்புச் சட்ட அவையின் ஆலோசனைக் குழுவுக்குச் சமர்ப்பித்த பிரமாணங்களில் முகப்புரைக்கான வரைவு ஒன்றையும் பரிந்துரைத்தார் அம்பேத்கர். அந்த வரைவிலும்கூட ‘சோஷலிஸம்’ என்ற வார்த்தை இடம்பெற்றிருக்கவில்லை. ஆனால், அவர் பரிந்துரைத்த அரசமைப்பே சமநலச் சமுதாயத்தின் அடிப்படையில்தான் அமைந்திருந்தது. தொழிற்துறையை மட்டுமின்றி விவசாயத்தையும் அரசே ஏற்று நடத்த வேண்டும் என்று தமது விருப்பத்தை வெளிப்படுத்தியிருந்தார் அம்பேத்கர். அவர் பரிந்துரைத்த முகப்புரையானது ஐக்கிய இந்திய நாடுகள் என்ற வார்த்தைகளைக் கொண்டிருந்தது என்பதும் குறிப்பிடத்தக்கது.

வரைவுக் குழுத் தலைவராகப் பொறுப்பேற்றதாலேயே தனது விருப்பங்களை வெளிப்படுத்த முடியாமல் அம்பேத்கர் கட்டுப்படுத்தப்பட்டார் என்றொரு வாதம் இன்றும் தொடர்கிறது. ஒடுக்கப்பட்டவர்களின் உரிமைகளை உறுதிசெய்வதற்கு முன்னுரிமை கொடுத்ததால் அரசமைப்புச் சட்டத்தின் சமநலச் சமுதாயம் குறித்த அவரது கனவைத் தள்ளிவைத்துவிட்டார் என்று எண்ணவும் இடமுண்டு. அம்பேத்கரையும் அவர் காலத்து அரசியல் நெருக்கடிகளையும் அவர் ஏற்றுக்கொண்ட பணியையும் கணக்கில் கொண்டால், அம்பேத்கரை இன்னும் நெருக்கமாகப் புரிந்துகொள்ள முடியும்.

மே 30, 1947-ல் குறிக்கோள் தீர்மானத்தை அடிப்படையாகக் கொண்டு

முகப்புரைக்கான வரைவொன்றை அரசமைப்புச் சட்ட ஆலோசகர் பி.என்.ராவ் அளித்தார். 'இந்திய மக்களாகிய நாம்' என்ற வார்த்தைகளுடன் கூடியதாக அந்த வரைவு அமைந்திருந்தது. குறிக்கோள் தீர்மானத்துக்கு முகப்புரை வடிவம் கொடுப்பது பற்றி முடிவுசெய்வதற்கு ஒரு துணைக் குழு நியமிக்கப்பட்டது. அத்துணைக் குழுவில் ஏற்கெனவே குறிக்கோள் தீர்மானத்தை முடிவுசெய்த காங்கிரஸ் குழுவில் இடம்பெற்றிருந்த கே.எம்.முன்ஷி, என்.கோபாலசாமி அய்யங்கார் இருவரும் இடம்பெற்றிருந்தார்கள். பாகிஸ்தான் பிரிவினை அறிவிக்கப்பட்டவுடன் அரசமைப்புச் சட்ட அவை உறுப்பினர்களின் எண்ணிக்கை குறைந்தது. அரசியல் சூழலும் அமைதியிழந்தது. அரசமைப்புச் சட்டத்தின் இறுதி வடிவத்தை உறுதிசெய்வதற்கு முன்னால் முகப்புரையைப் பற்றி முடிவுசெய்துகொள்ளலாம் என்று அது குறித்த விவாதங்கள் ஒத்திவைக்கப்பட்டுவிட்டன.

அம்பேத்கரின் வரைவு

பிப்ரவரி 6, 1948 தேதியிட்ட வரைவுக் குழு குறிப்புகளின்படி, முகப்புரைக்கான வரைவு இறுதிசெய்யப்பட்டுள்ளதாகத் தெரிகிறது. அந்த வரைவு நேரு முன்மொழிந்த குறிக்கோள் தீர்மானமும் அல்ல, பட்டியலினக் கூட்டமைப்பு சார்பில் அம்பேத்கர் சமர்ப்பித்த வரைவும் அல்ல, பி.என். ராவ் அளித்த வரைவும் அல்ல. அப்படியென்றால், அந்த வரைவை முடிவுசெய்தது வரைவுக்குழுவாக மட்டுமே இருக்க முடியும். மூன்றரை மணி நேரம் நடந்த வரைவுக் குழுக் கூட்டத்தில் வெறும் பத்து நிமிட விவாதத்திலேயே முகப்புரையின் வரைவு முடிவுசெய்யப்பட்டிருக்கிறது. வரைவுக் குழுவின் மற்ற உறுப்பினர்கள் முழுமையாகப் பங்கெடுக்காத சூழலில், நிச்சயம் அந்த வரைவை எழுதியவர் அம்பேத்கர் என்றே கருத வேண்டியிருக்கிறது என்ற முடிவுக்கு வருகிறார் ஆகாஷ் சிங் ரத்தோர். சாதி, வர்க்க வேறுபாடுகள் இல்லாத இந்தியாவைக் கனவுகாணும் வார்த்தைகள் அம்பேத்கருடையதாகவே இருக்க வேண்டும் என்பது அவரது முடிவு.

அரசமைப்புச் சட்ட அவைத் தலைவர் ராஜேந்திர பிரசாத்திடம் அரசமைப்புச் சட்ட வரைவைச் சமர்ப்பிப்பதற்காக பிப்ரவரி 21, 1948-ல் கூடிய வரைவுக் குழுவின் இறுதிக் கூட்டத்தில் முகப்புரையில் மேலும் சில திருத்தங்கள் செய்யப்பட்டன என்றாலும் அவை வார்த்தைகளை எளிமைப்படுத்தலுக்காக மட்டுமே. அம்பேத்கரால் ஆலோசனைக் குழுவிடம் அளிக்கப்பட்ட வரைவு முகப்புரையின் உள்ளடக்கம் பின்பு அவரே வரைவுக் குழுத் தலைவரான போது எளிதில் நிறைவேறிவிட்டது என்றே கொள்ள வேண்டும். 81 வார்த்தைகளில் இறுதி செய்யப்பட்ட முகப்புரையில் நீதி, தன்னுரிமை, சமத்துவம், உடன்பிறப்புரிமை, நாடு ஆகிய ஆறு சொற்கள் உரிய முக்கியத்துவத்தைப் பெறுவதற்கு அம்பேத்கரே காரணகர்த்தாவாக இருந்திருக்கிறார்.

சமயச் சார்பின்மை, சமநலச் சமுதாயம் ஆகிய சொற்கள் முகப்புரையில் இடம்பெற வேண்டும் என்று அரசமைப்புச் சட்ட அவையிலேயே திருத்தம் கோரி தீவிரமாக வாதாடியவர் கே.டி.ஷா. அவரது மறைவுக்குப் பிறகு 1976-ல்தான் அந்தக் கோரிக்கை நிறைவேறியது. சமயச் சார்பின்மை, சமநலச் சமுதாயம், ஒருமைப்பாடு ஆகிய சொற்களைச் சேர்த்த பிறகு தற்போது முகப்புரை 85 வார்த்தைகளைக் கொண்டிருக்கிறது.

'இந்திய மக்களாகிய நாம்' என்று தொடங்கும் முகப்புரையில் ஜவாஹர்லால் நேரு, பி.என்.ராவ், அம்பேத்கர், கே.டி.ஷா என்று எத்தனையோ தலைவர்கள், சட்ட அறிஞர்களின் கனவுகள் ஒன்றுகலந்திருக்கின்றன. அந்தக் கனவை மெய்யாக்குவதே இந்தியர்களாகிய நம் முதற்கடமை.

நீரா சந்தோக்
பேராசிரியர்

திருத்தி எழுத முடியுமா அரசியல் சட்டத்தை?

இந்திய அரசியல் சட்டம் மிகப் பெரியது, நிர்வகிக்க கடினமானது என்றாலும் உலகிலேயே ஈடு இணையற்றது. அரசியல் சட்டத்தை வகுத்ததில் பெனகல் நரசிங்க ராவ், அம்பேத்கர் ஆகியோரின் பங்கு ஈடு இணையற்றது. இருவரும் சட்டம், வரலாறு, அரசியல், சமூகவியல், இலக்கியம் ஆகிய துறைகளில் நிரம்பப் படித்தவர்கள். அத்துடன் பிற நாட்டுச் சட்டங்களை நன்கு படித்துத் தேறியிருந்ததால் அவற்றுடன் ஒப்பிட்டு, குறைகளைக் களைந்து நிறைகளைச் சேர்த்தனர்.

இந்திய வரலாற்றில் நடந்த இருவேறு நிகழ்வுகள் அரசியல் சட்டத்தை இயற்ற முக்கியக் காரணங்களாக அமைந்தன. ஒன்று, இந்தியாவை நிர்வகிக்க பிரிட்டிஷ் அரசாங்கம் இயற்றிய பல்வேறு சட்டங்கள் – குறிப்பாக இந்திய அரசுச் சட்டம்-1935. இரண்டாவது, இந்திய விடுதலைப் போர். சுதந்திரப் போராட்டம் மக்களிடையே கனவுகளை, கற்பனைகளை, லட்சியங்களை விதைத்தது. அவை அனைத்துமே சந்தேகத்துக்கு இடமில்லாமல் ஜனநாயகமாகவே திகழ்ந்தன.

மோதிலால் நேரு கமிட்டி

எதிர்கால இந்தியாவுக்கான அரசியல் சட்டத்தை வகுக்க 1928 மே 19-ல் மோதிலால் நேரு தலைமையில் ஒரு குழுவை நியமித்தது அனைத்துக் கட்சிக்

கூட்டம். சமூக, பொருளாதார, அரசியல் உரிமைகள், சிறுபான்மைச் சமூக உரிமைகள், வயது வந்த அனைவருக்கும் வாக்குரிமை என்ற எல்லாவற்றையும் உறுதிசெய்ய வேண்டும் என்றும் அக்குழு பணிக்கப்பட்டது. இந்தக் குழுவின் அறிக்கையே 1940-களில் நியமிக்கப்பட்ட அரசியல் சட்ட நிர்ணய சபைக்கு ஊக்குவிப்பாக அமைந்தது. அரசியல் சட்ட சபையின் லட்சியம், நோக்கம் தொடர்பான தீர்மானத்தை முன்மொழிந்து பேசிய ஜவாஹர்லால் நேரு, இந்த அவையின் பலமே மக்கள்தான் என்பதை அங்கீகரித்தார். நாம் எதுவரை போக வேண்டும் என்று மக்கள் விரும்புகிறார்களோ அதுவரை போவோம் என்றார் நேரு.

தேசப் பிரிவினையின் பின்னணியில்தான் அரசியல் சட்டசபை கூடி சட்டங்களைத் தொகுத்தது. உயிருக்கும் உடைமைகளுக்கும் பெருத்த சேதம் விளைவிக்கும் மதக் கலவரங்களுக்கு இடையிலும் சுதந்திரப் போராட்டம், ஜனநாயகம், அடிப்படை உரிமைகள், சிறுபான்மைச் சமூகத்துக்கான உரிமைகள், சட்டப்படியான ஆட்சி, வரைமுறைக்கு உட்பட்ட அரசு, சுதந்திரமான நீதித் துறை ஆகிய லட்சியங்களை விடாமல் கெட்டியாகப் பற்றி நின்றது. காலனி ஆதிக்கத்திலிருந்து விடுபட்ட பல நாடுகள் ஒன்றன் பின் ஒன்றாக சர்வாதிகார ஆட்சியில் மீண்டும் சிக்கிக்கொண்டபோதிலும் இந்தியாவில் மட்டும் ஜனநாயகம் தழைக்க அதன் அரசியல் சட்டம்தான் முக்கியக் காரணம்.

அரசியல் சட்டம் சமகாலத் தேவைக்குப் போதவில்லை என்றால் அதை மாற்றலாம். ஆனால், அதற்கு நல்ல காரணங்கள் இருக்க வேண்டும். வலதுசாரிகள் சுதந்திரப் போராட்டத்தில் பங்கேற்கவில்லை என்பதற்காக வரலாற்றை அழித்து எழுதக் கூடாது. பண்டைய இந்தியக் கலாச்சாரத்தைப் பிரதிபலிக்கும் அரசியல் சட்டம் எப்படிப்பட்டதாக இருக்கும்? இந்து பாரம்பரியப்படியான மாநில, கிராமப் பஞ்சாயத்துகளை அடியொற்றி ஜனநாயகமுள்ள அரசியல் சட்டத்தை இயற்றிவிட முடியாது என்று அம்பேத்கர் 1948-ல் எச்சரித்திருக்கிறார். கிராமம் என்பது என்ன – அறியாமை இருளில் மூழ்கியது, குறுகிய மனப்பான்மை கொண்டது, வகுப்புவாதத் தன்மை உடையது என்றார் அம்பேத்கர். இந்தியாவின் ஆன்மாவைப் பிரதிபலிக்கும் அரசியல் சட்டம் தேவை என்று பேசும் வலதுசாரிகள், சாதிகளும் பாலினப் பாகுபாடும் இந்திய சமூகத்தில் ஆழமான பிளவுகளை ஏற்படுத்திவிட்டதை நினைவுகூர வேண்டும்.

அரசியல் சட்டம் அனைவருக்குமானது

ஜனநாயக வேட்கைக்குக் குரல்கொடுக்கிறது இந்திய அரசியல் சட்டத்தின் முகப்புரை. அரசியல் சட்டம் என்பது ஒரு தரமான நிர்வாக நிலையை உறுதிசெய்வது. அது வெளிப்படுத்தும் விழுமியங்களோ அனைவருக்குமானது. பெரும்பான்மையாக இருக்கும் ஒரு பிரிவின்

நம்பிக்கையை மட்டுமே அது பிரதிபலிப்பதில்லை. சிறுபான்மைக் குழுக்களின் விழுமியங்களை நிராகரிப்பதும் இல்லை. நாம் இதைத்தான் நம்ப வேண்டும், இதைத்தான் செய்ய வேண்டும் என்று வலதுசாரிகள் கட்டுப்படுத்த விரும்புகிறார்கள்.

அரசியல் சட்ட நிர்ணய சபையில் 4.11.1948-ல் இத்தகைய போக்கைத்தான் அம்பேத்கர் எச்சரித்துப் பேசினார். கிரேக்கத்தின் வரலாற்றாசிரியர் கிரோட்டை மேற்கோள் காட்டி அரசியல் சட்ட தார்மிக நெறியை வலியுறுத்தினார். அரசியல் சட்டத்தை வழிபடத் தேவையில்லை, மதித்து நடந்தால் போதும். மக்களுக்கு முழுச் சுதந்திரமும் உரிமைகளும் இருக்கும்போது அரசியல் சட்டத்தின் மூலம் அனைத்து ஜனநாயகப் பலன்களையும் மக்கள் பெற முடியும். மாற்றுக் கருத்துகளுக்கும் ஜனநாயகம் இடம்தருவதுடன் இரு தரப்பும் பேசி சமரசம் காணவும் உதவுகிறது.

அரசியல் சட்ட தார்மிகம் என்பது பழக்கங்கள் மூலம் கைக்கொள்ளப்பட வேண்டியது. நம் மக்கள் அதைக் கற்றுக்கொள்ள வேண்டும். இந்திய நிலத்தில் ஜனநாயகம் என்பது மேல்மண் மாதிரி. அடியில் நம் நாடு ஜனநாயகமற்றது. அரசியல் சட்ட ஜனநாயகம் காரணமாகத்தான் நாம் ஒருவருக்கொருவர் எந்த வகையில் உறவினர் என்ற சிந்தனையில் மாற்றம் ஏற்பட்டிருக்கிறது. அரசியல் சட்டம் நமக்கு ஜனநாயகம் என்றால் என்ன என்று புரிய வைத்ததுடன் மேலும் அதிக ஜனநாயக உரிமைகளுக்கு ஏங்குபவர்களாக மாற்றியிருக்கிறது.

அரசியல் சட்டத்தை மாற்றியே தீர வேண்டும் என்று நினைப்பவர்களுக்காக 17.12.1946-ல் அரசியல் சட்ட நிர்ணய சபையில் பின்வரும் கருத்தை வலியுறுத்தியிருக்கிறார் அம்பேத்கர். 'அதிகாரம் என்பது ஒன்று, அறிவு ஞானம் என்பது வேறொன்று'. ஒரு தேசம் செல்ல வேண்டிய திசையைத் தீர்மானிப்பவர்கள் அதில் வாழும் மக்களின் கண்ணியம், தலைவர்களின் கண்ணியம், அரசியல் கட்சிகளின் கண்ணியம் என்று தனித்தனியாகப் பார்க்க வேண்டியதில்லை. நாடு செல்ல வேண்டிய எதிர்காலப் பாதையே எல்லோருக்கும் எல்லாவற்றுக்கும் போதுமானது.

சுருக்கமாகத் தமிழில்: **சாரி**

●

ரவிக்குமார்
எழுத்தாளர்

அரசமைப்புச் சட்ட அவையில் அம்பேத்கரின் முதல் உரை

அரசமைப்புச் சட்ட அவையில் அம்பேத்கர் ஆற்றிய கடைசி உரை நம்மில் பலருக்கும் தெரிந்திருக்கும். "1950 ஜனவரி 26-ல் நாம் முரண்பாடுகள் நிறைந்த வாழ்க்கைக்குள் நுழைய இருக்கிறோம். அரசியலில் நாம் சமத்துவத்தைப் பெற்றிருப்போம், சமூக பொருளாதார வாழ்வில் ஏற்றத்தாழ்வுகளைப் பெற்றிருப்போம். அரசியலில் ஒருவருக்கு ஒரு வாக்கு, ஒவ்வொரு வாக்குக்கும் ஒரே மதிப்பு என்றிருக்கும். நமது சமூக-பொருளாதார வாழ்விலோ நமது சமூக, பொருளாதாரக் கட்டமைப்பின் காரணமாக ஒரு மனிதன் ஒரு மதிப்பு என்ற கோட்பாட்டைத் தொடர்ந்து நிராகரிப்பவர்களாக இருப்போம். எவ்வளவு காலத்துக்கு இந்த முரண்பட்ட வாழ்வை வாழப்போகிறோம்?" என்ற சரித்திர முக்கியத்துவம் வாய்ந்த கேள்வியை அந்தக் கடைசி உரையில்தான் அவர் கேட்டார். ஆனால், அரசமைப்புச் சட்ட அவையில் அம்பேத்கர் ஆற்றிய முதல் உரை அப்படிப் பலருக்கும் அறிமுகமான ஒன்று அல்ல.

அரசமைப்பின் குறிக்கோள்கள்

அரசமைப்புச் சட்ட அவை 1946 டிசம்பர் 9-ல் முதன்முதலாகக் கூட்டப்பட்டது. 1946 டிசம்பர் 13-ல் நேரு 'அரசியலமைப்புச் சட்ட அவையின் நோக்கம் மற்றும் குறிக்கோள்கள்' தொடர்பான தீர்மானத்தை முன்மொழிந்தார். அந்தத் தீர்மானத்தில் எட்டு அம்சங்கள் இடம்பெற்றிருந்தன.

சுதந்திர இந்தியாவுக்கான அரசமைப்புச் சட்டத்தை உருவாக்குவதற்கான முடிவு முதல் அம்சத்திலும்; இந்தியாவில் இடம்பெறப்போகும் பகுதிகள், எல்லைகள் குறித்து அடுத்த இரு அம்சங்களிலும்; சுதந்திர இந்தியாவின் அத்தனை அதிகாரங்களும் மக்களிடமிருந்தே பெறப்படும் என நான்காவது அம்சத்திலும்; அனைத்து மக்களும் சட்டத்தின் முன்பு சமம், அவர்களது பேச்சுரிமை, நம்பிக்கை யாவும் சட்டத்துக்கு உட்பட்டு பாதுகாக்கப்படும்; சிறுபான்மையினரின் உரிமைகள், பின்தங்கிய பழங்குடிப் பகுதிகள், ஒடுக்கப்பட்ட, பின்தங்கிய சமூகங்களின் உரிமைகள் பாதுகாப்பு ஆகியன அடுத்த இரு அம்சங்களிலும்; சுதந்திர இந்தியாவின் எல்லைகளையும் நீர், நிலம், ஆகாயம் ஆகியவற்றில் அதற்குள்ள உரிமைகளையும் காப்பது; உலக அமைதிக்கும் மனிதகுல முன்னேற்றத்துக்கும் பங்களிப்பது ஆகியன இறுதி இரண்டு அம்சங்களிலும் விவரிக்கப்பட்டன.

நேரு முன்மொழிந்த அந்த தீர்மானத்தின் மீது பேசுவதற்காக அவைத் தலைவர் ராஜேந்திர பிரசாத், டிசம்பர் 17-ல் அம்பேத்கரை அழைத்தார். அதுவே அம்பேத்கர் அந்த அவையில் ஆற்றிய முதல் உரை.

"தலைவர் அவர்களே, நேற்றிலிருந்து நடந்த விவாதங்களின் வெளிச்சத்தில் பார்த்தால், இந்தத் தீர்மானம் வெளிப்படையாகத் தன்னை இரண்டு பகுதிகளாகப் பிரித்துக்கொள்கிறது. ஒரு பகுதி சர்ச்சைக்குரியது, மற்றொரு பகுதி சர்ச்சையில்லாதது. தீர்மானத்தின் அம்சங்கள் 5, 6, 7 பகுதி சர்ச்சையில்லாதவை. அவை இந்த நாட்டின் எதிர்கால அரசியலமைப்பின் நோக்கங்களை முன்வைக்கின்றன.

“ஒரு சோசலிஸ்ட் என்று புகழ்பெற்ற பண்டிட் ஜவாஹர்லால் நேருவிடமிருந்து இப்படியொரு தீர்மானம் வந்திருக்கிறது. இது சர்ச்சைக்குரியது அல்ல என்றாலும், என் மனதுக்கு மிகவும் ஏமாற்றமளிக்கிறது. தீர்மானத்தின் அந்தப் பகுதியில் அவர் செய்திருப்பதைவிட அவர் இன்னும் அதிகமாகச் செல்வார் என்று நான் எதிர்பார்த்தேன். தீர்மானத்தின் இந்தப் பகுதி, சில உரிமைகளை விவரித்தாலும், தீர்வுகளைப் பற்றி பேசவில்லை என்பதை நான் காண்கிறேன். உரிமைகள் மீறப்படும்போது அதற்கான நிவாரணத்தைப் பெற மக்கள் முயல்கையில் அதற்கான தீர்வுகள் வழங்கப்படாவிட்டால் உரிமைகளால் எந்தப் பயனும் இருக்காது” என்று அந்த உரையில் குறிப்பிட்டார் அம்பேத்கர்.

மக்களின் ஒற்றுமையே முக்கியம்

தொழிற்சாலைகள் எல்லாம் தேசியமயமாக்கப்பட வேண்டும், இந்தியாவில் உள்ள நிலங்களெல்லாம் தேசியமயமாக்கப்பட்ட வேண்டும் என்பது போன்ற நோக்கங்களும் குறிக்கோள்களும் இதில் குறிப்பிடப்பட்டிருக்க வேண்டும் என்று கூறிய அம்பேத்கர், “தீர்மானத்தின் நான்காவது அம்சத்தில் குடியரசு என்ற சொல் இடம்பெற்றிருப்பதைப் பற்றி இங்கே ஒரு சர்ச்சை எழுந்தது. மக்களிடமிருந்துதான் இறையாண்மை பெறப்படுகிறது என அந்தப் பத்தியில் சொல்லப்பட்டிருக்கிறது. முஸ்லிம் லீக் இந்த அவையில் இடம்பெறாத நிலையில் அந்தத் தீர்மானத்தை இந்த அவை விவாதிப்பது சரியாக இருக்காது என டாக்டர் ஜெயகர் கூறினார்… இந்த அவையிலே எதிரெதிரான பல்வேறு குழுக்களைச் சேர்ந்தவர்கள் இடம்பெற்றிருக்கிறோம். நானே அதுபோல காங்கிரஸ் கட்சியினுடைய திட்டங்களைக் கடுமையாக எதிர்க்கின்ற ஒரு குழுவின் பிரதிநிதி. ஆனாலும்கூட இந்த நாடு என்பது ஒற்றுமையோடு இருக்க வேண்டும். இந்த நாட்டின் மக்கள் அனைவரும் ஒற்றுமையாக இருக்க வேண்டும் என்பதில் எனக்கு எந்தக் கருத்து மாறுபாடும் இல்லை” என்றார்.

தீர்மானத்தின் மூன்றாவது அம்சத்தில், இந்தியாவானது ‘மாகாணங்களின் ஒன்றியம்’ என்பதைப் பற்றி ஏதும் குறிப்பிடப்படாததைச் சுட்டிக்காட்டிய அம்பேத்கர், “பிஹாரின் பிரதமரும், ஷ்யாம பிரசாத் முகர்ஜியும் ‘தீர்மானத்தின் இந்தப் பகுதி காங்கிரஸ், முஸ்லிம் லீக், இதர தரப்பினர் அனைவரும் பங்கேற்கிற இடைக்கால அரசு உருவாக்கப்படும் என பிரிட்டிஷ் கேபினட் மிஷனால் அறிவிக்கப்பட்ட மே 16 தீர்மானத்துக்கு முரணாக இருக்கிறது; முஸ்லிம் லீக் இந்த அவையின் நடவடிக்கைகளில் பங்கேற்பதற்குத் தடையாக இருக்கிறது’ என்று சுட்டிக்காட்டினர். கேபினட் மிஷனின் அறிக்கையில் சுட்டிக்காட்டப்பட்டதற்கும் இந்தத் தீர்மானத்துக்கும் இடையே இருக்கும் வேறுபாடுகளை ஜெயகர் படித்துக் காட்டினார்… இந்தச் சூழலில் இந்தத் தீர்மானத்தை நிறைவேற்றுவது அறிவுடைமையாகுமா?” என்றும் கேட்டார்.

காங்கிரஸின் வியூகங்கள்

முன்னதான கேபினட் மிஷனின் அறிக்கைக்கு முரணாக மொத்த அதிகாரத்தையும் தனது கையில் எடுத்துக்கொள்ளவே காங்கிரஸ் முற்பட்டது. அம்பேத்கரை அரசமைப்புச் சட்ட அவையில் இடம்பெறவிடக் கூடாது என்று படேல் வெளிப்படையாகவே அறிவித்தார். இதனாலேயே பம்பாய் மாகாணத்திலிருந்து தேர்வாகாமல் வங்கத்திலிருந்து அம்பேத்கர் தேர்ந்தெடுக்கப்படும் சூழல் இருந்தது. வங்காளத்திலிருந்த தலித் தலைவரான யோகேந்திரநாத் மண்டல் அம்பேத்கரை அங்கு போட்டியிட அழைத்தார். அம்பேத்கருக்காக வாக்களித்த ஏழு எம்.எல்.சிக்களுள் 4 பேர் தலித்துகள், ஒருவர் பழங்குடியினத்தவர், இருவர் பிற்படுத்தப்பட்டவர்கள். பட்டியலின மக்களின் உரிமையை நிராகரிக்க என்ன தந்திரத்தை அப்போது காங்கிரஸ் கையாண்டதோ அதே தந்திரத்தைத்தான் முஸ்லிம்கள் விஷயத்திலும் கையாண்டது.

1946 நவம்பர் 21-ல் முஸ்லின் லீக் தலைவர் முஹம்மது அலி ஜின்னா, "முஸ்லிம் லீக்கின் சார்பில் அரசமைப்புச் சட்ட அவையில் எந்த உறுப்பினரும் பங்கேற்க மாட்டார்கள்"என அறிவித்தார். முஸ்லிம் லீக் பங்கேற்காமல் அவையை நடத்தினால் அது சட்டப்படி செல்லுமா என்ற ஐயம் பலருக்கும் எழுந்தது. அவர்களை எப்படியாவது அவையில் பங்கேற்கச் செய்ய வேண்டும் என்று அவையின் ஆலோசகராக இருந்த பி.என்.ராவ் ஒரு குறிப்பை நேருவுக்கு அனுப்பினார். கே.எம்.முன்ஷியும் இதை வழிமொழிந்து ராஜேந்திர பிரசாதுக்குக் கடிதம் ஒன்றை எழுதினார். ஆனாலும் நேரு பெரிதாக அலட்டிக்கொள்ளவில்லை.

தேசத்தின் தலைவிதி

முஸ்லிம் லீக் உறுப்பினர்கள் அவை நடவடிக்கைகளில் இடம்பெறாதது அம்பேத்கருக்குக் கவலை அளித்தது. "எதிர்காலம் பற்றியதல்ல நமது பிரச்சினை, தற்போதிருக்கும் பலதரப்பட்ட மக்கள் திரளை எப்படி ஒரே விதமாக முடிவெடுக்க வைப்பது; எப்படி ஒற்றுமையை நோக்கி இட்டுச்செல்வது என்பதே நமது பிரச்சினை" எனத் தனது பேச்சில் சுட்டிக்காட்டிய அம்பேத்கர், "தேசத்தின் தலைவிதியைத் தீர்மானிக்கும்போது மக்களின் கௌரவமோ தலைவர்களின் கௌரவமோ கட்சிகளின் கௌரவமோ பொருட்படுத்தத் தக்கவையல்ல. தேசத்தின் தலைவிதியே அனைத்திலும் முக்கியமானது. அரசமைப்புச் சட்ட அவை முழுமையானதாக செயல்பட வேண்டுமென்றால் முஸ்லிம் லீக்கின் எதிர்வினை என்ன என்பதை அவை அறிந்துகொள்ள வேண்டும்" என வலியுறுத்தினார்.

ஆனால், இந்தியா ஒரே நாடாக இருக்க முடியாது என்கிற முடிவுக்கு அப்போது ஜின்னாவும் நேருவும் உறுதிபட வந்திருப்பதான போக்குகளே இரு தரப்பிலுருந்தும் வெளிப்பட்டன. மாகாணங்களுக்கு அதிக அதிகாரம்

அளிக்கும் கூட்டாட்சியாக இந்தியா வடிவமைக்கப்பட வேண்டும் என்ற ஜின்னாவின் எண்ணமும், மாறாக மத்தியில் அதிகாரம் குவிக்கப்பட்ட ஒன்றியமாக இந்தியா அமைய வேண்டும் என்ற நேரு உள்ளிட்டோரின் எண்ணமும் பிரிவினை நோக்கிய பயணத்தை மேலும் தீவிரமாக்கின. 'அரசமைப்புச் சட்ட அவையைப் புறக்கணிப்பது' என 1947 ஜனவரி 31-ல் முஸ்லிம் லீக் தீர்மானம் நிறைவேற்றியது. காங்கிரஸ் தரப்பு இடைக்கால அரசிலிருந்து முஸ்லிம் லீக்கை வெளியேற்ற வேண்டும் என்று கோரியது.

இந்த முரண்பாடுகளின் காரணமாக 1948 ஜூன் மாதத்துக்கு முன்பாக ஆட்சியதிகாரத்தை முழுமையாக இந்தியர்களிடம் ஒப்படைக்கப்போவதாக பிரிட்டிஷ் அரசு 1947 பிப்ரவரியில் அறிவித்தது. பிரிவினையானது உறுதியான பின்னர் மத்தியில் அதிகாரம் குவிக்கப்பட்டதான அரசமைப்பே நியாயமானதாக எல்லோருக்கும் அப்போது தோன்றியது. ஆனால், காலத்துக்கேற்பத் தன்னை மாற்றிக்கொள்ளும் நெகிழ்வுத்தன்மையுடதாகவே அது உருவாக்கப்பட்டது. இந்த நெகிழ்வுத்தன்மையே அதன் பலம் என்று சொன்னார் அம்பேத்கர்.

முன்னதாக, தன்னுடைய முதல் உரையை அவர் முடித்த முத்தாய்ப்பான வரிகள் அன்றைய அரசமைப்புச் சட்ட அவைக்கு மட்டும் அல்லாது நம்முடைய இன்றைய சட்டமன்ற, நாடாளுமன்றங்களுக்கான வரையறையாகவும் கொள்ளலாம்: "இந்த அவை தமக்கு அளிக்கப்பட்டுள்ள இறையாண்மைமிக்க அதிகாரத்தை அறிவார்ந்த முறையில் பயன்படுத்தும் என்பதை நாம் நமது நடத்தையின் மூலம் நிரூபிப்போம். அதன் மூலமாக மட்டுமே நாட்டின் அனைத்துத் தரப்பினரையும் நம்மோடு அழைத்துச் செல்ல முடியும். ஒற்றுமையை எட்டுவதற்கு இதைத் தவிர வேறு எந்த வழியும் இல்லை!"

●

சாதி ஒழிப்பு சிந்தனைகள்

ஸ்டாலின் ராஜாங்கம்
எழுத்தாளர்

அம்பேத்கரின் சமூக ஜனநாயகம்

இங்கு அம்பேத்கர்பற்றி யார் பேசினாலும் அவரை ஒடுக்கப்பட்டோரின் பிம்பமாகக் கருதிப் பேசுவதிலிருந்து விலக முடிவதில்லை. அம்பேத்கரை சாதிய அடையாளத்தோடு மட்டும் நிறுத்திவிடும் இந்த நிலை கருதி, அவருடைய பிற கருத்துக்களை மட்டும் பேச விரும்பும் அம்பேத்கர் ஆர்வலர்களும் உண்டு. ஆனால், சாதி பற்றிய அவருடைய முழுமையான பார்வை நமக்கு அறிமுகமாகவில்லை என்பதே உண்மை. தமிழ்நாட்டில் பிராமணர் அல்லாத அரசியல் சட்டகத்துக்குட்பட்டே எல்லோரும் அவரைப் புரிந்துகொண்டிருக்கிறார்கள். ஆனால், அம்பேத்கரின் பார்வை இந்தச் சட்டகத்தையும் தாண்டியது. சாதிப் பெரும்பான்மைவாதமும் தலித் அல்லாத சாதிகளின் கூட்டியக்கமும் எழுச்சி பெற்றுள்ள இவ்வேளையில், அவருடைய பார்வையில் இச்சூழலைப் புரிந்துகொள்வது அவசியம்.

நவீன அணுகுமுறை

ஒடுக்கப்பட்ட சமூகத்தைப் பற்றி மட்டுமல்லாமல் ஒட்டுமொத்த சாதியமைப்பைப் பற்றியும் அவர் ஆராய்ந்திருக்கிறார். இது தொடர்பாக அவர் எழுதியிருப்பவை இந்திய சமூகத்தின் பிரதான பிரச்சினையான சாதியை நவீன ஆய்வு அணுகுமுறையோடு ஆராய்ந்துபார்க்கும் வகையில் இருக்கின்றன. சாதிபற்றி நாம் தொடர்ந்து பேசியும் விவாதித்தும் வந்திருந்தாலும்கூட, அதுபற்றி விளக்கம் தர முயன்றது கிடையாது. அதன் வேரையும் வளர்ச்சியையும் அறியாமல் நிகழ்காலத்தை வைத்து மட்டுமே அணுகிவருகிறோம். இந்தப் போக்கு, சாதியமைப்பு பற்றிய எளிமைப்படுத்தப்பட்ட எதிர்ப்புணர்வுக்கும், குறுகிய கண்ணோட்டத்துக்கும் மட்டும் வழியமைத்திருக்கிறது.

இந்தியாவில் சாதிகள்

அம்பேத்கர் கொலம்பியா பல்கலைக்கழகத்தில் மாணவராக இருந்தபோது அங்கு நடந்த மானுடவியல் கருத்தரங்கில் 'இந்தியாவில் சாதிகள் அவற்றின் அமைப்பியக்கம், தோற்றம் மற்றும் வளர்ச்சி' என்னும் ஆய்வுக் கட்டுரையை (1916) வாசித்தார். இந்திய சாதியமைப்பு பற்றிய குறிப்பிடத்தக்க ஆய்வாக அது இன்றுவரையிலும் விளங்குகிறது. சாதியமைப்பு பற்றிய அம்பேத்கரின் பிற்காலக் கருத்துகளுக்கான தொடக்க கால முடிவுகளைக் கொண்டிருந்த அந்நூல், அவரது முக்கியமான படைப்புகளுள் ஒன்று. உடனடி அரசியல் திட்டங்களால் கட்டுப்படுத்தப்படாமல் ஒரு ஆய்வு மாணவராக இருந்து, சாதியமைப்பு பற்றிய பல்வேறு பார்வைகளை அவர் அதில் விவாதித்திருப்பார். இத்தகைய அரசியல் கட்டுப்பாடின்மையே அந்த நூலின் பலம். சாதியமைப்பின் தோற்றம் அதன் பரவல் வளர்ச்சிபற்றி மட்டுமே அதில் ஆராய்ந்தார். சாதி எதிர்ப்பு அரசியலில் நீண்ட வரலாற்றைக் கொண்ட தமிழகத்தில் சாதியின் அமைப்பியக்கம்பற்றி எழுதப்பட்ட அதுபோன்ற ஆய்வு நூல் ஒன்றுகூட இல்லை.

அகமண முறை: சாதியின் வேர்

இந்தியாவில் சாதிகள் என்ற இந்த ஆய்வில்தான், ஒரே சாதிக்குள் நடைபெறும் அகமண முறையே சாதியின் தோற்றத்துக்குக் காரணம் என்று அவர் அறிவித்தார். மேலும், சாதியின் பரவலாக்கம்பற்றிப் பேசும்போது, ஒரு சாதி தனக்குள்ளே 'கதவடைப்பு செய்துகொள்ளுதல்', 'ஆதிக்க சாதியின் பழக்கவழக்கங்களை மற்ற சாதிகள் பின்பற்றுதல்' போன்ற அம்சங்களை அவர் முன்வைத்தார். அம்பேத்கர் பின்னாளில் எழுதிய 'சூத்திரர்கள் யார்? (1947), 'தீண்டப்படாதோர் யார்?' (1948) ஆகிய இரண்டு நூல்களும் சாதிபற்றிய அவருடைய தொடர்ச்சியான ஆராய்ச்சிகளாகும். அகமண முறை பற்றிய விளக்கம் மட்டுமல்லாது, இந்திய சாதியமைப்பானது படிநிலைகொண்ட சமத்துவமற்ற அமைப்பு என்ற அவருடைய கருத்தும் மிக முக்கியமான ஒன்று. சாதி முறைபற்றிய இத்தகைய ஆய்வுமுறையே சாதி ஒழிப்பு எனும் சிந்தனைப் பங்களிப்புக்கு அவரைக் கூட்டிச்சென்றது.

சமூக, அரசியல் பிரச்சினை

ஆனால், சாதிபற்றிய அம்பேத்கருடைய பார்வையைச் சரியாகப் புரிந்துகொள்ளாத, தெளிவற்ற சித்திரிப்புதான் நம்மிடையே இருக்கிறது. இன்றைக்கும் ஒட்டுமொத்தச் சமூக மேம்பாடுபற்றிப் பேசும்போது, அதில் சாதிக்கான தாக்கம்பற்றி யாரும் பேசுவதில்லை. சாதிபற்றிப் பேச நேரும்போது மட்டும் அதை ஒரு பிரச்சினையாகப் பேச முற்படுகிறோம். இந்தியாவில் சாதிகள் என்ற ஆய்வில் சாதி என்பதைத் தனித்த அம்சமாகப் பார்க்க மறுக்கும் அம்பேத்கர், சாதி என்பது சாதிய முறையின் அங்கம் என்கிறார். சாதியை ஒட்டுமொத்த சமூகப் பிரச்சனையாக பார்த்தார்.

பிற்காலத்தில் காந்தியோடு விவாதிக்கும்போது அது சமூகப் பிரச்சினை மட்டுமல்ல. அரசியல் பிரச்சினையும் கூட என்றார். அதாவது, அரசியல் அதிகாரம் தொடர்புடையது என்பதே அது. அதனால்தான், நவீன இந்தியா பற்றிய பேச்சு எழும்போது சாதியை முக்கிய பேசுபொருளாக அம்பேத்கர் அணுகினார். அந்த வகையில், பிற இந்தியத் தலைவர்களின் சிந்தனைகளிலிருந்து மாறுபட்ட விதத்தில் சாதியமைப்பை அவர் புரிந்து வைத்திருந்தார்.

சாதி உயிர்பெறும் காரணங்கள்

இன அடிப்படையில் இந்திய வரலாற்றை அணுகுவதை 'இந்தியாவில் சாதிகள்'நூலில் அவர் மறுத்தார். சாதியைப் பிராமணர்களோடு இணைத்து விளக்கினாலும் அதில் அவர்களுக்கு மட்டுமே பங்கில்லை என்பதையும் சாதியின் பெயரால் பலன் அடையும் பல்வேறு சாதிகளுக்கும் அதில் பங்கிருப்பதையும் அவர் சுட்டிக்காட்டினார். அதனால்தான், பிராமணர், பிராமணர் அல்லாதார் என்கிற எதிர் நிலையைக் கைக்கொள்ளாமல் 'தீண்டப்படுகிற', 'தீண்டப்படாத' என்கிற எதிர் நிலையை அவர் கைக்கொண்டிருந்தார்.

பிராமணியம் என்று அவர் கூறுவது பிராமணர்கள் ஒரு சாதியாக இருந்து பெறும் நலன், செலுத்தும் அதிகாரம் ஆகியவற்றை மட்டுமே அல்ல. சமத்துவத்துக்கு எதிரான எந்தக் கூறுகளையும் அப்பெயராலேயே தான் குறிப்பிடுவதாகக் கூறினார். அந்த வகையில் பிராமணியப் பண்பு ஒடுக்கப்பட்ட யாரிடமேனும் இருந்தாலும், அவற்றையும் ஆதிக்க குணமாகவே கருத வேண்டும் என்கிறார். ஏனெனில், சாதி எந்த வகைகளிளெல்லாம் உயிர்பெறும் என்பதை அவர் நன்கு அறிந்திருந்தார். அதனால்தான், தற்கால நவசாதியவாதத்தின் முக்கிய அங்கமான 'சாதிப் பெரும்பான்மைவாதம்' பற்றி இந்தியத் தலைவர்களிலேயே அம்பேத்கர் மட்டுமே பேசியிருப்பதைப் பார்க்க முடிகிறது. இந்திய ஜனநாயகத்தின் பெரும் அச்சுறுத்தலாக 'எண்ணிக்கை பெரும்பான்மைவாதம்' அமையும் என்கிற சிந்தனை அவரிடம் கடைசிக் காலத்தில் அழுத்தம் பெற்றிருந்தது.

சாதி ஒழிப்பின் ஜனநாயக வடிவம்

சாதியமைப்பை விரிவாக ஆராய்ந்த காரணத்தால்தான், சாதி ஒழிப்பு என்கிற கருத்தியல் எந்த ஒற்றைச் சாதிக்கும் எதிரான வெறுப்பாகச் சுருங்கிவிடாமல், அதனை ஒரு பரந்துவிரிந்த தளத்தில் ஜனநாயக வடிவமாக மறுஆக்கம் செய்வதில் அவர் ஆர்வம் காட்டினார். சாதியமைப்பு ஒரு சாதி சார்ந்ததாக இல்லையென்பதைப் போலவே அது ஒழிக்கப்படுவதும்கூட ஒற்றைச் சாதிக்கான பொறுப்பாக இருக்க முடியாது என்றும் கருதினார். தீண்டாமையைப் பிரயோகிக்கும் 'தீண்டப்படும்' எல்லா சாதிகளுக்கும்

சாதி ஒழிப்பில் பொறுப்பு இருக்கிறது என்பதே அவர் கருத்து. இந்த வகையில் அனைவரும் இணைந்து வாழும் சமூக ஜனநாயகத்தை அவர் வலியுறுத்தினார்.

அவருடைய கருத்துகளின் மையம் ஜனநாயகம் என்ற கருத்தாக்கம்தான். பௌத்தத்தைக்கூட அதன் ஜனநாயகப் பண்பு சார்ந்தே விளங்கிக்கொண்டார். ஜனநாயகம் என்பது ஒரு சமூக அமைப்பு. அது ஒரு வாழ்க்கைத் தத்துவம் என்றார். இந்திய அரசியல் சட்டத்தின் அடிப்படையும் இதுதான். அதனால்தான் அவர் ஜனநாயக அரசின் வடிவத்தைவிட, அதன் பண்புக்கு அதிக முக்கியத்துவம் தந்தார். மக்களின் சமூக, பொருளாதார வாழ்வில் புரட்சிகரமான மாற்றங்களை ரத்தம் சிந்தாமல் ஏற்படுத்தும் அரசு வடிவம்தான் ஜனநாயகம் என்று வரையறுத்தார். இவ்வாறு சாதிமுறைபற்றிய விரிந்த ஆய்வு, சாதி ஒழிப்பு என்கிற கருத்தியல் ஆகியவற்றின் வழியாக சமூக ஜனநாயகம் என்கிற நோக்கத்தினை முன்வைத்தார்.

நாகரிகமற்ற பழங்காலத்தின் எச்சம்

பாகுபாட்டை அடிப்படையாகக் கொண்ட சாதியமைப்புக்கு மாற்றாக அனைவரும் சேர்ந்து வாழும் ஜனநாயக அமைப்பை அவர் வலியுறுத்தினார். சாதியமைப்பு நாகரிகமற்றிருந்த பழமையான சமூகத்தின் அடையாளம் என்றும் இந்தியா நவீன சமூகமாக மாற வேண்டுமானால் ஜனநாயக வடிவத்தைக் கொண்டிருக்க வேண்டும் என்றும் கருதினார். தொன்மைக் காலச் சமுதாயத்தையும் தற்காலச் சமுதாயத்தையும் ஒப்பிட்டுப் பேசும் இந்த அணுகுமுறைதான் அவருடைய எழுத்து முழுவதும் விரவி நிற்கிறது. இந்தியாவில் சாதிகள் என்ற அவருடைய தொடக்க கால ஆய்வில், இந்திய சமுதாயத்தைத் தவிர, வேறெந்த நாகரிக சமுதாயத்திலும் நாகரிகமற்றிருந்த பழங்காலத்துக்குரிய மிச்சசொச்சங்கள் நிலவிவருவதைப் பார்க்க முடியாது என்று எழுதும் அவருடைய பிற்கால ஆய்வுகளில் இதன் தாக்கம் தொடர்வதைப் பார்க்க முடிகிறது.

1945-ல் காந்தி பற்றி விமர்சித்து அவர் எழுதிய நூலின் சமர்ப்பண உரை, 'தீண்டப்படாதார் யார்' என்கிற நூல் போன்ற வற்றிலும் இந்தக் கருத்தைக் குறிப்பிடுவதைப் பார்க்கலாம். இதைப் புரிந்துகொள்ளாத வரையில் சாதியமைப்புக்கு மாற்றாக ஜனநாயக வடிவத்துக்கு அவர் தந்த முக்கியத்துவத்தைப் புரிந்துகொள்ள முடியாது. இந்த வகையில், சாதி மற்றும் சாதி மறுப்புபற்றிய அம்பேத்கரின் சிந்தனை நம்முடைய அரசியல் துறையிலோ, அறிவுத் துறையிலோ கணக்கில் கொள்ளப்படவில்லை என்பதே சோகம்.

பி.ஏ.கிருஷ்ணன்
எழுத்தாளர்

சாதியை ஒழிப்பது எப்படி?

தமிழகத்தில் சாதிகளுக்கு எதிரான சிலம்பங்கள் சுற்றப்பட்டுக்கொண்டே இருக்கின்றன. ஆனால், சுற்றுபவர்கள் காற்றில் சுற்றுகிறார்கள். எதிரில் யாரும் இருக்கக் கூடாது என்ற கவனத்தோடு சுற்றுகிறார்கள். யாரைக் கேட்டாலும் சாதியை ஒழிக்க வேண்டும் என்று சொல்வார்கள். ஆனால், எனது சாதியைத் தவிர என்ற பதில் சொல்லாமல் விடப்பட்டாலும் கேள்வி கேட்பவருக்கு அதுதான் பதில் என்பது எளிதாகப் புரிந்துவிடும். சாதிகளுக்கு எதிராகப் பல ஆண்டுகளாக வலுத்த குரல்கள் எழுந்திருக்கின்றன. இந்தக் குரல்களுக்குச் சொந்தக்காரர்களில் பலரை நாம் 'வானுறை தெய்வத்திற்கு' நிகராக வைத்திருக்கிறோம். ஆனால், சாதி நீக்கமற எங்கும் நிறைந்திருக்கிறது.

நான் அலாஸ்கா சென்ற கப்பலில் என்னுடன் இரு இந்தியப் பயணிகள் இருந்தார்கள். அவர்களில் ஒருவர் டாக்டர். கிழக்கு ஆப்பிரிக்காவுக்கு அவரது மூதாதையர்கள் குஜராத்திலிருந்து சென்றிருக்கிறார்கள். அங்கிருந்து இவர் கனடாவில் குடியேறியிருக்கிறார். மூன்று பெண்கள் அவருக்கு. ஒரு பெண் அவர் சாதிப் பையனையே மணம் செய்திருக்கிறார். ஒருவர் திருமணம் ஆகாதவர். மூன்றாமவர் வெள்ளையர் ஒருவரை மணந்துகொண்டதில் டாக்டருக்கு ஏக வருத்தம். "அங்கே கருப்பர் கையில் அகப்படக் கூடாதென்று இங்கு வந்தால், இங்கே வெள்ளைக்காரன் கையில் அகப்பட்டுக்கொண்டாள்." மூன்றாவது பெண்ணுக்குத் தனது சாதியில்

மும்முரமாகப் பார்த்துக்கொண்டிருக்கிறார். இரண்டாவது பயணி தமிழர். 50 வருடங்களுக்கு முன்னால் அமெரிக்கா சென்றவர். தனது பெண் காதலித்துத் திருமணம் செய்துகொண்டதைப் பெருமையாகச் சொன்னார். "எங்களுக்கு ரொம்ப சந்தோஷம். பையன் நம்மவனா அமைஞ்சதுல." நாம் எங்கு இருந்தாலும் எங்கு சென்றாலும் சாதி நம் பின்னால் நிழல் போலத் தொடர்கிறது. நாமும், தொடர்கிறதா என்பதைத் திரும்பிப் பார்த்து, தொடர்கிறது என்று தெரிந்துகொள்வதில் மகிழ்ச்சிகொள்கிறோம்.

அருந்ததி ராய் அம்பேத்கரின் 'சாதி ஒழிப்பு' புத்தகத்துக்கு எழுதிய முன்னுரையில், சாதிகள் ஒழிய வேண்டுமென்றால் அம்பேத்கரைப் படிக்க வேண்டும் என்கிறார். அம்பேத்கர் அந்தப் புத்தகத்திலேயே சாதி ஒழிய வேண்டுமானால் என்ன செய்ய வேண்டும் என்பதை காந்திக்கு எழுதிய கடிதம் ஒன்றில் குறிப்பிடுகிறார்.

1. சாதி, இந்துக்களை அழிவின் பாதையில் இட்டுச் செல்கிறது.

2. இந்து மதம் சுதந்திர, சமத்துவ மற்றும் சகோதரத்துவக் கொள்கைகளின் அடிப்படையில் மாற்றி அமைக்கப்பட வேண்டும்.

3. இது நடக்க வேண்டுமானால் இந்து மதம் சாதிக்கும் வருணத்துக்கும் 'புனித ஒப்புதல்' தருகிறது என்ற எண்ணம் ஒழிய வேண்டும்.

4. சாதியும் வருணமும் ஒழிக்கப்பட வேண்டுமென்றால், சாஸ்திரங்கள் கடவுளால் கொடுக்கப்பட்டவை என்ற எண்ணம் கைவிடப்பட வேண்டும்.

அம்பேத்கர் இதை எழுதியது கிட்டத்தட்ட 80 ஆண்டுகளுக்கு முன் என்பதை நாம் நினைவில் கொள்ள வேண்டும். இன்று எந்தக் குறிப்பிடத் தக்க மதத் தலைவரும் சாதிக்கு இந்து மதம் ஒப்புதல் தருகிறது என்று வெளிப்படையாகச் சொல்ல மாட்டார்கள். சாஸ்திரங்கள் கடவுளால் கொடுக்கப்பட்டவை என்று அவர்களில் சிலர் சொன்னாலும், சாஸ்திரங்கள் சொன்னவற்றை விடாமல் கடைப்பிடிக்க வேண்டும் என்ற எண்ணம் மக்களிடமிருந்து - குறிப்பாக தமிழ் மக்களிடமிருந்து - சென்று பல வருடங்கள் ஆகிவிட்டன. அப்படிக் கடைப்பிடிப்பவர்கள் தனியாக அறியப்படுவதே அவர்கள் சாதாரண மக்களிடமிருந்து வேறுபட்டவர்கள் என்பதற்குச் சான்று. அவர்களைப் பழமையின் எச்சங்களாகவே சாதாரண மக்கள் கருதுகிறார்கள். அரசியல் சட்டம் நமக்குக் கொடுத்திருக்கும் அடிப்படை உரிமைகளும் இந்து மதச் சட்டங்களும் இந்துக்களின் எல்லாச் சாதிகளையும் ஒரே தட்டிலேயே வைத்திருக்கின்றன. ஆனால், நடைமுறையில் சாதி அழிவில்லாயாமல் இயங்கி கொண்டிருக்கிறது இதற்கு காரணம் ஏன்ன?

சாதியின் காரணம்

தூய்மை-தீட்டுச் சடங்குகள் கடைப்பிடித்துக் கொண்டிருந்த காலகட்டத்தில்

சாதிய அடுக்குநிலை இருந்திருக்கலாம். இதில் ஒவ்வொரு சாதியின் இடமும் அடையாளமும் ஏறத்தாழத் தெளிவாக அறியப்பட்டிருக்கலாம். சமூகவியலாளர்கள் இடையே இதைப் பற்றிப் பல கருத்துவேறுபாடுகள் நிலவுகின்றன. ஆனால், இன்றைக்கு ஒவ்வொரு சாதியைச் சேர்ந்தவரும் சாதிய அடுக்கில் தனது சாதியின் இடம் என்ன என்பதைவிடத் தனது சாதியின் அடையாளம் மற்றும் பெருமைகள் என்ன என்பதை அறிவதிலும் அவற்றைப் பரப்புவதிலுமே கவனம் செலுத்துகிறார்கள். இது ஏறத்தாழ எல்லா சாதிகளுக்கும் பொருந்தும். பிராமணர்களில் சிலர் தாங்கள்தான் உயர்ந்த சாதி என்று தங்களுக்குள்ளேயே சொல்லிக்கொண்டிருக்கலாம். ஆனால், 99% மக்கள் ஒப்புக்கொள்ள மாட்டார்கள். எனவே, அவர்கள் உயர்வு-தாழ்வு சர்ச்சையில் இறங்குவதைவிடத் தங்களது அடையாளங்களில் மிகுந்த நம்பிக்கை கொள்ளவே முயல்கிறார்கள். இது ஒவ்வொரு சாதியிலும் வெவ்வேறு வகையில் நிகழ்கிறது.

அடையாளத்தைத் தக்க வைத்துக்கொள்ள, ஒவ்வொரு சாதியினரும் தங்கள் கலாச்சாரப் பிம்பங்களையும் சடங்குகளையும் மறுபார்வை செய்துகொண்டே இருக்கின்றனர். பிம்பங்களும் சடங்குகளும் காலத்துக் கேற்ப மாற்றம் அடைந்துகொண்டிருக்கின்றன. ஆனால், அவை அந்தந்த சாதியைச் சேர்ந்தவையாகவே இருக்கின்றன. சில பிம்பங்களும் சடங்குகளும் எல்லாச் சாதியினருக்கும் பொது என்று சொல்லப்பட்டாலும், அவற்றுக்கு சாதி சார்ந்த தெளிவான அடையாளங்கள் இருக்கின்றன. உதாரணமாக, தமிழ்நாட்டின் எந்த வைணவக் கோயிலுக்கும் ‘தென்கலை’, ‘வடகலை’ அடையாளங்கள் இருக்கும். வழிபாட்டு முறைகளில் கடைப்பிடிக்கப்படும் சில நுட்பமான வேறுபாடுகள் அந்த அடையாளங்களை அறிவித்துக்கொண்டே

இருக்கும். இதைத் தவிர, சாதி எந்த விதத் தடையுமின்றி இயங்குவதற்கு இன்னொரு காரணமும் இருக்கிறது.

கலப்புத் திருமணங்கள்

அம்பேத்கர் தன்னுடைய 'சாதி ஒழிப்பு' புத்தகத்தில் சாதியை ஒழிக்க வேண்டுமானால் கலப்புத் திருமணங்கள் செய்வதுதான் ஒரே வழி என்று குறிப்பிடுகிறார். இதை பெரியார் சொல்லியிருக்கிறார். காந்தியும் பின்னால் இத்தகைய திருமணங்களை முழுவதும் ஆதரித்திருக்கிறார். இந்தியாவில், சுதந்திரத்துக்குப் பின் தோன்றிய எந்தப் பெரிய தலைவரும் சாதிக்குள்தான் திருமணம் செய்ய வேண்டும் என்று சொல்லியதாக எனக்குத் தெரியவில்லை. சட்டங்களும் திருத்தப்பட்டுவிட்டன. சாதிக்கு எதிராக எடுக்கப்பட்ட திரைப்படங்கள் கணக்கிலடங்காதவை. ஆனாலும், கலப்புத் திருமணங்கள் அதிகம் நடப்பதாகத் தெரியவில்லை.

2005-ம் ஆண்டு இந்தியா முழுவதும் மிகப் பெரிய கணக்கெடுப்பு (பெண்களுக்கு மத்தியில்) நடத்தப்பட்டது. அவர்களிடம் கேட்கப்பட்ட கேள்வி தெளிவானது: உங்கள் கணவர் நீங்கள் பிறந்த சாதியைச் சேர்ந்தவரா? கொடுத்த பதில்களை ஆராய்ந்ததில் இந்தியா முழுவதும் கலப்புத் திருமணங்களின் சதவீதம் 1981-ல் 3.5 ஆக இருந்தது 2005-ல் 6.1 ஆக உயர்ந்திருக்கிறது என்று தெரியவந்திருக்கிறது. அதாவது, வருடத்துக்கு 0.1% கலப்புத் திருமணங்கள் அதிகரித்திருக்கின்றன. இதே நிலைமை நீடித்தால், இந்தத் திருமணங்கள் 50% அதிகரிப்பதற்கு ஏறத்தாழ 500 ஆண்டுகள் எடுக்கும்! தமிழ்நாட்டின் நிலைமை மிக மோசம். கலப்புத் திருமணங்களின் சதவீதம் 2005-ம் ஆண்டு 2.2% மட்டுமே. கலப்புத் திருமணம் அதிகம் நடக்கும் முதல் மூன்று மாநிலங்கள் - பஞ்சாப் 12.2%, மேற்கு வங்கம் 9.3%, குஜராத் 8.2%. 1,000 ஆண்டுகளுக்குப் பின்னும் தமிழ்த் திருநாட்டில் சாதிகள் வலுவாக இருக்கும் என்றே தோன்றுகிறது. ஆனாலும், 1,000 ஆண்டுகளுக்குப் பின்னும் 'பெரியார் பிறந்த மண்' என்று சொல்லிக்கொண்டிருப்போம் என்பது நிச்சயம்.

கோ.பழனி
உதவிப் பேராசிரியர்

அம்பேத்கரின் இரண்டாவது ஆயுதம்

ஒடுக்கப்பட்ட மக்களுக்கான மாபெரும் போராளியாக இருக்கும் அதே நேரத்தில், உலகெங்கும் மதிக்கப்படும் மகத்தான அறிஞராகவும் இருப்பது டாக்டர் அம்பேத்கரின் தனிச்சிறப்பு. சாதிக்கு எதிரான யுத்தத்தில் அம்பேத்கரின் கைகளில் இரண்டு ஆயுதங்கள் இருந்தன. ஒன்று, இடைவிடாத களச்செயல்பாடு. இன்னொன்று, கருத்தியல் ஆயுதம். இந்த இரண்டு ஆயுதங்களையும் தன் வாழ்நாள் முழுவதும் கூர்மையாகத் தீட்டிக்கொண்டும், லாவகமாகப் பயன்படுத்தியும் வந்திருக்கிறார் அவர். கருத்தியலைப் பொறுத்தவரை அவரது வலுவான ஆயுதங்களுள் 'இந்தியாவில் சாதிகள்: அவற்றின் அமைப்பியக்கம் தோற்றம் வளர்ச்சி' என்ற ஆய்வுக் கட்டுரையும், 'சாதியை அழித்தொழித்தல்' நூலும் அடங்கும்.

'இந்தியாவில் சாதிகள்: அவற்றின் அமைப்பியக்கம் தோற்றம் வளர்ச்சி என்கிற ஆய்வுக் கட்டுரை' மே 9, 1916-ல் அமெரிக்காவின் கொலம்பியா பல்கலைக் கழகத்தில் நடந்த மானுடவியல் கருத்தரங்கில் வாசிக்கப்பட்டது. அம்பேத்கர் தனக்கு முன்னதான ஆய்வாளர்களின் கருத்துகளை ஏற்றும் எதிர்த்தும் இதில் தெளிவாக்குகிறார்.

சாதியும் அகமண வழக்கமும் ஒன்றே!

தொடக்க காலச் சமுதாயங்களில் புறமண வழக்கம் தான் உண்டு என்பதைக் காட்டி, இந்தியர்களுக்கு அகமண முறை அந்நியமானது என்கிறார். (புற மணம்: வெவ்வேறு இனக் குழுக்களிடையே ஏற்படும் திருமண

உறவு, அக மணம்: ஒரே குழுவுக்குள் ஏற்படும் திருமண உறவு). ஆனால், 'நம்மிடையே சாதிகள் உள்ளனவே இது எதனால்?' என்ற கேள்வியை எழுப்பி, 'ஆய்ந்து பார்த்தோமானால் இந்தியாவைப் பொறுத்த மட்டில், புறமணத்தைவிட அகமணத்துக்கு உயர்வான இடம் அளிக்கப்பட்டதன் விளைவுதான் சாதிகளின் உருவாக்கம்' என்று விடையளிக்கிறார்.

'திருமண வயதொத்த ஆண்கள்-பெண்கள் சமநிலை குலையும் நிலையில் அகமண ஒழுக்கம் அழிந்துபோகும்' என்பதை விவரித்து 'இந்தச் சமநிலை குலையாமல் பாதுகாப்பதிலேயே சாதியச் சிக்கல் என்பது சுழல்கிறது' என்பதைச் சான்றுகள் வழியாக நிறுவுகிறார்.

திருமணம் ஆன ஆண் இறந்துபோனால், அவனது மனைவியைத் தீயில் தள்ளுவதும் (சதி) அல்லது கட்டாயமாக விதவைக் கோலத்தைப் பூணச் செய்வதும் நடைமுறைகள். பெண் இறந்து ஆண் இருந்தால் - 'குழுவுக்கு ஆண் முக்கியமானவன்; அதனினும் அகமண வழக்கம் முக்கியமானது' என்பதால் பெண்களுக்குச் செயல்படுத்தும் மேற்கண்ட முறைகள் ஆண்களுக்குப் பேணப்படுவதில்லை. மாறாக, அவனாக விரும்பித் துறவு மேற்கொள்வது நடக்கலாம் என்பதை அம்பேத்கர் விளக்குகிறார். குழுவுடன் அந்த ஆணை இணைத்துக் கொள்ள, திருமணப் பருவம் எய்தாத ஒரு பெண் குழந்தையை மணம் முடித்தல் நடைபெறுகிறது.

இந்த நடைமுறைகளின்படி 'சாதியும் அகமண வழக்கமும் ஒன்றே' என்றாகிறது. இதுபோன்ற வழி வகைகள் இருப்பது சாதியை ஒத்தது. சாதி இந்த வழிவகைகளை உள்ளடக்கிக்கொண்டு இயங்குகிறது' என்ற முடிவுக்கு அவர் வருகிறார்.

தாழிடப்படும் கதவுகள்

மேல்நாட்டு அறிஞர்கள், இந்தியாவில் சாதி உருவாவதற்குக் கீழ்க்கண்ட காரணங்களைச் சொல்கிறார்கள்: 1.தொழில், 2.பழங்குடியினர் அமைப்புகளின் எச்சங்கள், 3.புதிய நம்பிக்கைகளின் தோற்றம், 4.கலப்பின விருத்தி, 5.குடிப்பெயர்வு. 'இவையெல்லாம் பிற சமூகங்களில் இல்லையா? இருந்தால் உலகின் பிற சமூகங்களில் ஏன் சாதி உருவாகவில்லை?' என்ற கேள்வியை எழுப்பி, 'கூர்ந்து நோக்கும் நமக்கு அவை வெறும் கற்பனைக் காட்சிகளாகவே தெரிகின்றன' என்று மறுக்கிறார் அம்பேத்கர். அவ்வாறெனில், சாதி எவ்வாறு உருப்பெற்றிருக்கும்? 'கதவுகளைத் தாழிட்டுக் கொள்ளும் கொள்கை'யை (குளோஸ்டு டோர் பாலிஸி) சாதியின் தோற்றத்துக்குக் காரணமாக அம்பேத்கர் முன்வைக்கிறார்.

இங்கு இரண்டு கேள்விகளை அம்பேத்கர் எழுப்புகிறார்.

1.இந்த மக்கள் பிறரோடு கலவாமல் தனித்தியங்குமாறு கட்டாயப் படுத்தப்பட்டார்களா?

2.(அல்லது) அவர்களாகவே தனித்து இருப்பதற்காகக் கதவுகளைத் தாழிட்டுக்கொண்டார்களா?

இரண்டுமே நடந்திருக்கிறது என்று அம்பேத்கர் விடையளிக்கிறார்.

போலச் செய்தல்

சாதியத்தின் பரவலாக்கலுக்குக் காரணமாகப் 'போலச் செய்தல்' என்கிற ஒன்றின் வழியாகத்தான் அகமண முறை, கதவடைப்பு போன்றவை நிகழ்ந்து, சாதியம் பரவியது என்று அம்பேத்கர் நிறுவுகிறார். ஆக, சாதி என்பதை ஒற்றையாக அம்பேத்கர் பார்க்கவில்லை. சாதிகள் என்று பார்க்கிறார். 'பார்ப்பனர்கள் தங்களைத் தனியாக ஒரு சாதியென்று ஆக்கிக் கொண்டதன் விளைவாகப் பார்ப்பனரல்லாதோர் என்றொரு சாதி உருவாக நேர்ந்தது என்கிறார். விலக்கி வைக்கப்பட்டவர்கள் தாங்களே ஒரு தனிச் சாதியாக

ஆகும்படி தூண்டுதல் என்பது ஒரு கள்ளத்தனமான செயல்திட்டம். இந்தத் திட்டத்தின் விளைவாகத்தான் பல்வேறு சாதிகள் உருவாகியுள்ளன என்கிறார் அம்பேத்கர்.

இரு நிலைகளில் அவரது கருத்து முக்கியத்துவம் வாய்ந்தது. முதலாவதாக, தனது ஆய்வுக்கு உட்படுத்தும் பொருளைத் தன் நிலையிலிருந்து அதாவது, தான் அனுபவித்த வேதனைகள், அவமானங்கள் ஆகியவற்றின் வழியாக அடையாளம் கண்டு வளர்த்தெடுத்தல். இதனூடாக, ஆய்வுப் பொருள் சார்ந்து உலகளாவிய நிலையில் உள்ள தரவுகளை ஒப்பிட்டுக் காட்டி விவாதித்தல்; அறிவுஜீவிகளின், கோட்பாட்டாளர்களின் பார்வையிலிருந்து மட்டுமல்லாமல், தான் எடுத்துக்கொள்ளும் ஆய்வுப் பொருண்மை பொதுமக்களின் பார்வையில், பயன்பாட்டில் எவ்வாறு உள்ளது என அணுகுதல்; எடுத்துக்காட்டாக, சாதியம் சார்ந்த வெகுமக்களின் நம்பிக்கை, அவர்களின் செயல்பாடுகள் (போலச் செய்தல், கதவடைத்துக்கொள்ளுதல்) போன்றவற்றைக் கணக்கில் கொண்டு அணுகுதல். அம்பேத்கரின் இவ்வகை அணுகுமுறையை அவரது பல்வேறு ஆய்வுகளுக்கும் பொருத்திப் பார்க்க முடியும். இந்த ஆய்வுரை மானுடவியல் மாணவர்களுக்கு மானுடவியல் சார்ந்த முறையியலோடு நிகழ்த்தப்பட்டது நினைவில் கொள்ளத் தக்கது.

இரண்டாவதாக, அம்பேத்கர் சாதிகளின் தோற்றம், வளர்ச்சியை நிறுவுவதற்குப் பாலின அரசியலைக் கைக்கொள்கிறார். அதாவது, பெண்ணினம், ஆணினம் சார்ந்து. திருமணம் செய்துகொண்ட பின்புதான் ஒரு பெண்ணும் ஆணும் சமூக அங்கீகாரம் பெறுகிறார்கள். தம்பதியரில் யாராவது ஒருவரின் இறப்புக்குப் பின் உயிரோடு இருப்பவர்களைச் சமூகம் எப்படி நடத்துகிறது? மேலும், புறமணம், அகமணம் ஆகியவற்றை மையமாகக் கொண்டு, மணமுறையில் இணையும் பெண், ஆண் சார்ந்து சாதியத்தின் தோற்றத்தையும் வளர்ச்சியையும் அம்பேத்கர் நிறுவுகிறார். சாதியத்தின் பரவலுக்குச் சமயம் சார்ந்த சடங்கியல் அதிகாரம், கதவடைப்பு, அகமண முறை, போலச் செய்தல் போன்ற செயல்பாடுகளை எடுத்துக்காட்டி நிறுவுகிறார்.

இத்தகைய பண்பாட்டு ஆய்வு, நம் அனைவரையும் பாதிக்கும் அதிகார அமைப்பாகச் சாதியை அடையாளப்படுத்துவது மட்டுமல்ல; சாதிப் பிரச்சினையைத் தலித் பிரச்சினை என்பதோடு சுருக்கிவிடாமல், சாதி ஒழிப்புப் போராட்டத்தில் அனைவருக்கும் உள்ள பங்கை உணர்த்துவதாகவும் இருக்கிறது.

ஸ்டாலின் ராஜாங்கம்
எழுத்தாளர்

அம்பேத்கரின் முதல் நூல்

அம்பேத்கர் ஒரு அரசியல் செயல்பாட்டாளர் மட்டுமல்ல. அவர் காலத்து தலைவர்களில் அதிகம் எழுதியவர். அன்றைய இந்திய அரசியலில் இருந்த தலைவர்களில் அதிகம் படித்தவர். அம்பேத்கருக்கு நவீன ஆய்வு முறையில் புலமை அதிகம். எதை எழுதினாலும் தேர்ந்த ஆய்வுப் பண்போடு இருக்கும். சாதி பற்றி மட்டுமல்ல, பல்வேறு துறைகளைப் பற்றியும் எழுதியிருக்கிறார்.

அமெரிக்காவின் கொலம்பியா பல்கலைக்கழகத்தில் பொருளாதாரத்தை முதன்மைப் பாடமாகவும் சமூகவியல், வரலாறு, தத்துவம், மானுடவியல், அரசியல் ஆகியவற்றைத் துணைப் பாடங்களாகவும் பயின்றார் அம்பேத்கர். மானுடவியல் பாடத்தின் ஓராண்டு முடிவில் 09.05.1916-ல் ஓர் ஆய்வுக் கட்டுரையை அளித்தார். அதுவே 'இந்தியாவில் சாதிகள்' எனும் நூல். அம்பேத்கர் எழுதிய முதல் நூல். அந்த நூல் அவரது பிற்காலச் சிந்தனைகளையும் செயல்பாடுகளையும் புரிந்துகொள்வதற்கான வேர்.

சாதிகளை ஆயும் நூல்

சாதி ஒழிப்பு என்ற திட்டத்தை நவீன அரசியல் பின்னணியில் ஒரு கோட்பாடாக முன் வைத்தவர் அம்பேத்கர். ஒடுக்கப்பட்டோர் மட்டுமல்லாது சமூக மாற்றத்தை வலியுறுத்தும் பலரின் சிந்தனைகளை முக்கால் நூற்றாண்டாக நேரடியாகவும் மறை முகமாகவும் அந்தக் கோட்பாடு பாதித்திருக்கிறது. அதனாலேயே 1936-ல் வெளியான 'சாதி ஒழிப்பு'

எனும் அவரது நூல் அதிகம் கவனிக்கப்படுகிறது. சாதியை ஒழித்தல் என்ற நேரடித் தன்மை காரணமாக இயல்பாகவே அந்த நூல் மீது ஈர்ப்பு ஏற்பட்டுவிடுகிறது. ஆனால், அதை ஒழிப்பது என்ற சிந்தனைக்குச் செல்லும் முன், சாதி என்றால் என்ன? அது எவ்வாறெல்லாம் செயல்படுகிறது என்பதைத் தெரிந்துகொண்டாக வேண்டும். அந்த வகையில் சாதியை அவர் எவ்வாறெல்லாம் புரிந்துகொண்டிருந்தார் என்பதை அவரது முதல் நூலில் அறியலாம். 'சாதி ஒழிப்பு' நூலைப் புரிந்துகொள்ள 'இந்தியாவில் சாதிகள்' நூலிருந்துதான் தொடங்க வேண்டும்.

இரண்டு நூல்களுக்கு இடையே 20 ஆண்டுகள் இடைவெளி. சாதி ஒழிப்பு என்பதை அவர் லட்சியமாகக் கொண்டார் எனில், சமூகத்தில் சாதி நிலவுகிற யதார்த்த நிலைமைகள் பற்றிய ஆவணமாக இந்தியாவில் சாதிகள் நூலை முன்வைத்தார் என்று கூறலாம்.

நவீனமும் தொன்மையும்

இந்தியச் சமூகம் பழமையான சாதிய விதிகளையும் நாகரிகமற்ற காலத்தின் நம்பிக்கைகளையும் விடாமல் பற்றியிருக்கிறது என்ற பார்வை அம்பேத்கரிடம் இருந்தது. அதனாலேயே சாதி இன்றைக்கும் கடைப்பிடிக்கப்படுகிறதென்று கருதினார். இந்தப் பழமைப் பண்புக்கு மாற்றாகவே நவீன சமூகத்தின் மதிப்பீடுகளான சமத்துவம், பகுத்தறிவு, சாதி ஒழிப்பு, சுதந்திர மனிதன் போன்ற கருத்துகளை அவர் வரித்துக்கொண்டார். இதற்கு அவர் கற்றிருந்த நவீனக் கல்வி தந்த ஆய்வியல் சட்டகம் முக்கியக் காரணம். தொன்மைச் சமுதாயத்தையும் நவீன சமுதாயத்தையும் இரு பிரிவாக அவர் அணுகுகிறார். சாதி பற்றிய அவரின் முக்கியமான பிற்காலப் பார்வைகளுக்கான முக்கியத் தொடக்கம் இந்த நூலில் உள்ளது.

அவர் சாதியமைப்பின் முக்கியப் பகுதியாகக் கூறுவது, ஒரே குழு அல்லது ஒரே சாதிக்குள்ளேயே திருமணம் செய்துகொள்ளும் அகமண வழக்கத்தைத்தான். இந்தக் கருத்துகளின் பொருத்தத்தை சாதி ஆணவக் கொலைகளில் நாம் பார்க்கலாம். அகமண முறை என்பது அம்பேத்கரின் கருத்தல்ல. கெட்கர் என்கிற ஆராய்ச்சியாளர் சுட்டியதை அம்பேத்கர் மேலும் வளர்க்கிறார். அகமண முறை என்பது சமூக வளர்ச்சிப் போக்கில் எவ்வாறு உருவாகியிருக்க முடியும் என்று தேடுகிறார். அந்தத் தேடுதல் வழியாக சாதி பற்றிய அடுத்தடுத்த முடிச்சுகளுக்கும் அவர் வந்து சேர்கிறார். குல ஒழுங்குகளிலிருந்து பிறந்த சாதிக்கான இயல்புகள் பிற்கால மத - சாத்திர நூல்களில் தஞ்சம் பெறுவதை விளக்குகிறார். மேலும், ஒரு பெண்ணைக் குழுவுக்குள்ளேயே அடக்கிவைப்பதன் மூலம் அகமண வழக்கம் காப்பாற்றப்படுவதையும் விளக்குகிறார். அகமண முறையால் சாதி உருவானது மட்டுமல்ல. சாதியைத் தொடர்ந்து தக்கவைக்கவும் அது உதவுகிறது என்று கூறியது அம்பேத்கரின் கூடுதல் பங்களிப்பு.

கதவடைப்பு

தனித்து ஒதுக்கப்பட்டு பாதுகாக்கப்படும் ஒரு வர்க்கம்தான் சாதி என்றார் அம்பேத்கர். அவ்வாறான முதல் வர்க்கமாக பிராமணர்களைச் சுட்டுகிறார். வர்க்கம் என்பது மாறக் கூடியது. ஆனால், இந்த வர்க்கங்கள் மாறா தன்மையடைந்த நிலையில் சாதிகளாயின. இந்த நிலைமையைப் பாதுகாப்பதற்காக புரோகித வர்க்கம் தன்னைத்தானே கதவடைப்பு செய்துகொள்கிறது. இந்த நிலையில் சிறிதும் பெரிதுமாகச் சிதறிப் போயிருந்த பிற வர்க்கங்களின் உட்பிரிவினர், வர்க்க அமைப்பின் திறந்த வழித் தன்மையை இழந்து, தம்மைத் தாமே அடைத்துக்கொண்டு தனித்தனி சாதிகளாயினர் என்று இந்த நூலில் அம்பேத்கர் விவாதிக்கிறார். அதன்படி சிலர் தாங்களாகவும் ஏற்கெனவே கதவடைப்பு செய்த சிலரைப் பார்த்தும் சாதிகளாக மாறினர் என்கிறார். தம்முடைய பிற்கால எழுத்துகளில் சாதியமைப்பில் பிராமணர்களுக்கான பாத்திரத்தை விரிவாக ஆய்வுசெய்தார். கதவடைப்பு பிராமணர்களிடமிருந்து ஆரம்பித்தாலும் சாதியமைப்பு உருவாக்கம் அவர்களின் பங்களிப்பு மட்டும்தான் என்று அம்பேத்கர் கருதவில்லை என்பது குறிப்பிடத்தக்கது.

'போலச் செய்தல்'

'போலச் செய்தல்' என்கிற பண்பு மூலம் சாதிகள் உருப்பெற்றிருக்கக் கூடிய விதங்களை அம்பேத்கர் கூறுகிறார். பிறரால் பார்த்துப் பின்பற்றப்படும் குழுவினர் சமூகத்தில் மதிப்பு பெற்றவர்களாக இருந்திருக்க வேண்டுமென்று அவர் கருதுகிறார். அவ்வாறு பிராமணர்கள் இருந்ததால் அவர்களைப் பிற குழுவினர் பின்பற்றினார்கள். மனித மனதின் ஆழத்தில் பொதிந்துள்ள 'போலச் செய்தல்' என்கிற மனப்போக்கு கண்ணுக்குப் புலப்படாமல் செயல்படுகிற உளவியலை சாதிகள் ஏற்பு பெற்ற விதத்தைப் புரிந்துகொள்வதற்காக அவர் ஒப்பிடுகிறார். அதாவது, பிராமணர் அல்லாத குழுவினர் சாதியாக மாறியதைப் புரிந்துகொண்ட அவரின் பார்வை என்றே இந்த 'போலச் செய்தல்' என்ற அணுகுமுறையைக் கூறலாம். மேலும், சாதியைத் தனித்துப் பார்க்காமல் சாதியமைப்பின் அங்கமாக அவர் பார்த்தார். சமூகத்தில் சாதியிலிருந்து பிற அம்சங்களையோ பிற அம்சங்களை விடுத்து சாதியைத் தனித்தோ பார்க்க முடியாது என்பது இதன் அடிப்படை.

இந்த நூலுக்கு இணையாக சாதியின் தோற்றம் பற்றி வேறெந்த நூலும் தெற்கிலிருந்து வெளியாகவில்லை என்பதே நூறாண்டுக்குப் பின்னரும் இந்த நூலை முக்கியமானதாக்குகிறது. இந்த நூல் இன்றைய பொருத்தப்பாட்டுக்கேற்ப விமர்சனபூர்வமாக ஆராயப்பட வேண்டும். உலகெங்கும் முக்கிய நூல்கள் மீது இத்தகைய விவாதங்கள் நடக்கின்றன.

சாதி மறுப்பும் சமூகநீதியும் பேசப்பட்டு வரும் தமிழகத்தில் ஆணவக் கொலைகள், சாதி அடையாளம் மீட்பு போன்றவை பரவலாகவும் வேகமாகவும் நடக்கின்றன. இந்நிலையில், மனிதர்களுக்குச் சாதி ஏன் தேவைப்படுகிறது? திரும்பத் திரும்ப மறு உறுதி செய்யப்படுவது ஏன் என்பன போன்ற யதார்த்தங்கள் சமூகப் பண்பாட்டு உளவியல் சார்ந்து ஆராயப்படவில்லை. அவற்றை அறிந்துகொள்ளாதபட்சத்தில் சாதிக் கலவரங்கள் நடக்கும்போது மட்டும் கொள்கை அளவில் சாதி கூடாது என்று கூறுவதால் அது எவ்வாறு ஒழியும்? இன்றைய சாதியம் செயல்படும் விதங்கள் பற்றிய யதார்த்தமான ஆய்வுகள் நிகழாத நிலையில், அம்பேத்கரின் 'இந்தியாவில் சாதிகள்' நூலின் முக்கியத்துவம் மேலும் அதிகரிக்கிறது.

ம.சுசித்ரா
பத்திரிகையாளர்

சாதி ஒழிப்புக்கு அம்பேத்கர் காட்டும் வழி

'தீர்த்த யாத்திரை சென்று வந்த தீண்டத்தகாதவர் ஒருவர், தன்னைப் போன்ற பிற தீண்டத்தகாதவர்களுக்கு ஒரு மதக் கடமையாகச் சிறப்பான விருந்து ஒன்றை ஏற்பாடு செய்தார்... அப்போது நூற்றுக்கணக்கான இந்துக்கள் தடிகளோடு அந்த இடத்துக்கு விரைந்தனர். உணவைக் கொட்டிக் கவிழ்த்தனர்.

சாப்பிடுவதை விட்டுவிட்டு, தங்கள் உயிரைக் காப்பாற்றிக்கொள்ள ஓடியவர்களை அடித்து உதைத்தனர். கூறப்பட்ட காரணம் என்னவென்றால், விருந்தளித்தவர் விருந்திலே நெய் சேர்க்கும் அளவுக்குத் 'திமிர்' பிடித்தவராக இருந்தாராம். விருந்தாளிகளும் துணிந்து நெய் சாப்பிடும் அளவுக்கு முட்டாள்களாக இருந்திருக்கிறார்கள்!'

1936-ல் ராஜஸ்தானில் சக்வாரா பகுதியில் நிகழ்ந்த இச்சம்பவத்தை 'ஜாதியை அழித்தொழிக்கும் வழி'எனும் நூலில் விவரிக்கிறார் டாக்டர் அம்பேத்கர். நெய், இந்துக்களின் கவுரவப் பிரச்சினை. தலித்துகள்? 'நெய்' சாப்பிடுவது 'திமிர்' பிடித்த செயல். நெய் வாங்கும் அளவுக்கு வசதி உள்ளவர்களாக இருந்தாலும்கூட அதைப் பயன்படுத்தக் கூடாது. தங்களுக்குரிய உணவாக நெய்யை நினைத்ததன் மூலம் சாதி இந்துக்களைத் பட்டியல் சாதியினார் அவமதித்துவிட்டார்கள்.

எனவே, அவர்களைப் பழிவாங்க வேண்டும். இப்படியாக நடந்தேறிய இச்சம்பவம், சாதியம் தன் கோரப் பற்களைப் பண்பாட்டுத் தளத்திலும்

மனித மனத்திலும் எத்தனை ஆழமாகப் பதித்திருக்கிறது என்பதை வெட்ட வெளிச்சத்துக்குக் கொண்டுவந்து நிறுத்துகிறது.

அன்றும் இன்றும்

ஏதோ 80 ஆண்டுகளுக்கு முன்பு நடந்து வழக்கொழிந்து போன சம்பவம் என்று இதைக் கடந்து போக முடியாது. இன்று நாம் வாழ்ந்துகொண்டிருக்கும் கார்ப்பரேட் யுகத்திலும் இப்படியும், இதைக் காட்டிலும் கொடூரமாகவும் தன் அருவருப்பான அவதாரங்களை சாதியம் காட்டிக்கொண்டே இருக்கிறது.

ராஜாராம் மோகன் ராய், காந்தி உள்ளிட்ட எத்தனையோ முற்போக்குச் சிந்தனையாளர்களும் சமூகச் சீர்திருத்தவாதிகளும், சாதியின் பிடியிலிருந்து ஒடுக்கப்பட்ட மக்கள் விடுதலை பெறப் பல சித்தாந்தங்களை முன்மொழிந்தாலும் சாதியத்தின் வேர்களைப் பிடுங்க அவர்கள் முனையவில்லை. மறுபுறம் 'இழப்பதற்கு ஒன்றுமில்லை விலங்குகளைத் தவிர' எனும் கோஷத்துடன் வர்க்கப் போராட்டத்தினால் மட்டுமே புரட்சி சாத்தியப்படும் என்று செயல்பட்டுவந்தார்கள் மார்க்சியவாதிகள். இவர்களுக்கிடையில் 'ஜாதியை அழித்தொழிக்கும் வழி' மூலம் சாதியத்தின் ஆணிவேரைக் கண்டறிந்து, அதனூடே பாய்ந்து, அதன் மையத்தைக் கட்டுடைக்கிறார் அம்பேத்கர். இந்த நூல் வெளியான அடுத்த ஆண்டே பெரியார் 'ஜாதியை ஒழிக்கும் வழி' என்ற பெயரில் இதை மொழிபெயர்த்து, குடியரசு இதழில் கட்டுரைகளாகவும், பின்னர் புத்தகமாகவும் வெளியிட்டார்.

மறுக்கப்பட்ட எழுத்து

1936-ல் ஆரிய சமாஜத்தின் இணை அமைப்பான 'ஜாட் பட் தோடக் மண்டல்' ஏற்பாடு செய்திருந்த மாநாட்டில் உரையாற்ற அம்பேத்கர் அழைக்கப்பட்டபோது, அவர் தயாரித்த உரைதான் 'ஜாதியை அழித்தொழிக்கும் வழி'. ஆனால், அன்றைய பேச்சுக்கான எழுத்துப் பிரதியைப் பார்த்து அந்த உரையின் மூலம் இந்து மதத்தையும் அதன் புனித நூல்களையும் அம்பேத்கர் நேரடியாகத் தாக்கப் போகிறார் என்பதை உணர்ந்து, அழைப்பை வாபஸ் பெற்றுவிட்டார்கள்.

புறமும் அகமும்

சாதி ஒழிப்புப் போராளிகளால் சாடப்படும் வர்ணாசிரம தர்மத்தை மட்டுமல்ல, அறவழிப்பட்ட விஷயங்களாகப் பார்க்கப்படும் மாயாவாதம், கர்ம வினை, ஆன்மிகம், அகிம்சை, சாத்வீகம், புலால் உண்ணாமை உள்ளிட்ட உன்னதங்களுக்குள் ஒளிந்துகிடக்கும் சாதியத்தையும் தர்க்கரீதியாகக் கட்டவிழ்க்கிறார் அம்பேத்கர். இந்து இலக்கியங்களில் மலிந்து கிடக்கும் தீண்டாமை, சாதிகளின் சுயநல மனப்பான்மையை அலசும்போது, 'சமூக விரோத மனோபாவம் என்பது சாதியோடு நின்றுவிடவில்லை. அது இன்னும்

ஆழமாகப் பரவி உட்சாதிகளுக்கிடையே உள்ள பரஸ்பர உறவையும் கெடுத்துவிட்டது.'

'...மனிதர்கள் எல்லோரும் சமமானவர்கள் இல்லை என்பதில் சந்தேகம் இல்லை. ஆனால், அவர்கள் இவ்வாறு சமமாக இல்லை என்பதால், நாம் அவர்களைச் சமம் இல்லாத முறையில் நடத்த வேண்டுமா? சமத்துவத்தை எதிர்ப்பவர்கள் இந்தக் கேள்விக்குப் பதில் கூற வேண்டும்.'

'...அரசியல் கொடுமையை விடச் சமூகக் கொடுமை பயங்கரமானது. எனவே, சமூகத்தை எதிர்த்துநிற்கும் சீர்திருத்தவாதி, அரசாங்கத்தை எதிர்த்து நிற்கும் அரசியல்வாதியை விட தீரம் மிகுந்தவன்.'

'...சாதி, மதமாற்றத்துக்குப் பொருந்திவராத ஒன்று... சாதி சட்டப்படி, எந்த ஒரு சாதியிலும் உறுப்பினர் ஆகும் உரிமை, அந்தச் சாதியில் பிறந்தவருக்கு மட்டுமே உரியது... ஒவ்வொரு சாதியும் மூடப்பட்ட அமைப்பாக இருப்பதாலும் - மதம் மாறியவர்களுக்கு இந்து சமூகத்தில் இடம் இல்லை." ஆகவே மதமாற்றம், பரப்புரையை இந்து மதம் ஆதரிக்காததற்குக் காரணம் இந்து மதமல்ல, சாதிதான் என்கிறார் அம்பேத்கர். அதே நேரத்தில், சாதிய இடஒதுக்கீடு அவசியமானது என்பதை வரலாற்று ஆதாரங்களைக் கொண்டு விவரிக்கிறார்.

என்ன தேவை?

சமபந்தி விருந்தை நடத்துவதும், சாதி மறுப்புத் திருமணமும்கூட சாதியத்தை மறுதலிக்கும் சமூக நோக்கங்களாக எடுத்துக்கொள்ள இயலாது. ஏனெனில், சாதி என்பது நம் மனநிலையில் உள்ளது என சமூக நீதிக்கான குரல் எழுப்பும் அம்பேத்கர், 'சாஸ்திரங்கள் புனிதமானவை என்ற நம்பிக்கையை அழித்தொழிப்பதுதான் சாதியை ஒழிக்கும் உண்மையான வழிமுறை' என்கிறார்.

ரவிக்குமார்
எழுத்தாளர்

கௌரவக் கொலைகளின் காலத்தில் பூனா ஒப்பந்தம்

வரலாறு யாவும் வர்க்கப் போராட்டங்களின் வரலாறுதான் என்றார் கார்ல் மார்க்ஸ். அதை நமது நாட்டுக்குப் பொருத்திப்பார்த்தால் 'இந்திய வரலாறு என்பதே சாதிப் போராட்டங்களின் வரலாறு' என்றுதான் சொல்ல வேண்டி இருக்கும். அந்த அளவுக்கு இந்திய சமூகத்தை நிர்ணயிக்கும் அம்சமாக இன்றும் சாதி என்பது செயல்பட்டுவருகிறது. நாம் கௌரவக் கொலைகளின் காலத்தில் வாழ்கிறோம்.

சாதிப் போராட்டங்களின் தொகுப்பாக விளங்கும் இந்திய வரலாற்றில் நடந்த முக்கியமான சம்பவங்களைப் பட்டியலிட்டால் அதில் தவறாமல் இடம்பெற வேண்டிய நிகழ்வு பூனா ஒப்பந்தம். 1932- செப்டம்பர் 24-ம் தேதி பூனாவில் ஏற்படுத்தப்பட்ட உடன்படிக்கைதான் 'பூனா ஒப்பந்தம்' என அழைக்கப்படுகிறது.

தமது பிரதிநிதிகளைத் தாங்களே வாக்களித்துத் தேர்ந்தெடுத்துக்கொள்ள வழிவகுக்கும் வகுப்புவாரி உரிமையை தலித் மக்கள் அப்போதிருந்த பிரிட்டிஷ் அரசாங்கத்திடம் வாதாடிப் பெற்றனர். முஸ்லிம்கள், சீக்கியர்கள், ஆங்கிலோ இந்தியர்கள் முதலானோருக்கு அதற்கு முன்பே அத்தகைய உரிமை வழங்கப்பட்டிருந்தது. ஆனால் தலித் மக்களுக்கு அதை வழங்கக் கூடாது என எதிர்ப்புத் தெரிவித்த காந்தியடிகள் பிரிட்டிஷ் அரசின் முடிவை எதிர்த்து சாகும்வரை உண்ணாவிரதப் போராட்டத்தை ஆரம்பித்தார்.

"இந்துக்கள், சீக்கியர்கள், முஸ்லிம்கள் என இந்தியாவில் மூன்று வகுப்பினரை மட்டும்தான் அரசியல் சட்டத்தில் அங்கீகரிக்க வேண்டும். கிறித்தவர்கள், ஆங்கிலோ இந்தியர்கள், பட்டியல் சாதியினர் ஆகிய மற்ற மூன்று பிரிவினருக்கும் அரசியல் சட்டத்தில் எந்த இடமும் வழங்கப்படக் கூடாது. அவர்கள் மற்ற பிரிவினரோடு கலந்துவிட வேண்டும்" என்பதுதான் காந்தியின் நிலைப்பாடாக இருந்தது. காந்தியின் உண்ணாவிரதப் போராட்டத்தையொட்டி நாடு முழுவதும் காங்கிரஸார் கலவரச் சூழலை ஏற்படுத்தினார்கள். ஆங்காங்கே பட்டியல்சாதி மக்கள் தாக்கப்பட்டார்கள். மக்களுக்கு எதிராக மிகப் பெரிய ரத்தக்களறி நடக்கும் என்ற அச்சத்தின் காரணமாக காந்தியைச் சந்தித்துப் பேச்சு நடத்த அம்பேத்கர் நிர்ப்பந்திக்கப்பட்டார். அதன் இறுதியில் ஏற்படுத்தப்பட்ட ஒப்பந்தமே 'பூனா ஒப்பந்தம்'.

பூனா ஒப்பந்த நாளை தமது உரிமை பறிக்கப்பட்ட துரோக பட்டியில் சாதியினர் நாளாக மக்கள் கடைப்பிடிப்பது வழக்கம். பட்டியில் சாதியினர் மக்கள் தமது உண்மையான பிரதிநிதிகளைத் தேர்ந்தெடுக்கும் வாய்ப்பை அந்த ஒப்பந்தம் பறித்துக்கொண்டது உண்மைதான் என்றாலும் இந்திய அரசியல் வரலாற்றில் தலித்துகளை ஒரு தரப்பாக அங்கீகரித்து அவர்களோடு இந்துக்கள் ஒரு ஒப்பந்தத்தை ஏற்படுத்தினார்கள் என்ற விதத்தில் அதுவொரு முக்கியமான நிகழ்வாகவே கருதப்படவேண்டும்.

பூனா ஒப்பந்தம் பெரும்பாலும் தேர்தல் தொடர்பான அம்சங்களையே கவனத்தில் கொண்டிருந்தது என்றாலும் பிறப்பின் அடிப்படையில் பேதம் பாராட்டக் கூடாது என்று வலியுறுத்துகிற ஒரு பிரிவும் அதில் சேர்க்கப்பட்டிருந்தது. "ஒடுக்கப்பட்ட பிரிவைச் சேர்ந்தவர் என்பதால் அரசுப் பதவிகளில் நியமிக்கப்படும்போதோ உள்ளாட்சி அமைப்புகளுக்குத் தேர்ந்தெடுக்கப்படும்போதோ எந்த விதமான இடையூறும் ஒருவருக்கு செய்யப்படக் கூடாது. அவற்றிலெல்லாம் நியாயமான அளவில் அவர்கள் இடம்பெறுவதற்கு அனைத்து நடவடிக்கைகளும் எடுக்கப்பட வேண்டும்" என அந்த ஒப்பந்தத்தில் குறிப்பிடப்பட்டிருந்தது.

பூனா ஒப்பந்தத்துக்குப் பிறகு காந்தியின் ஆலோசனையின்படி 1932 செப்டம்பர் 30-ம் தேதி மும்பையில் மாநாடு ஒன்றுகூட்டப்பட்டு 'தீண்டாமை எதிர்ப்புக் கழகம்' என்ற அமைப்பு உருவாக்கப்பட்டது. அந்த அமைப்பின் மையக் குழுவில் அம்பேத்கரும், தமிழகத்தைச் சேர்ந்த ஒடுக்கப்பட்டபிரிவை சேந்த தலைவர்களான எம்.சி.ராஜா, ரெட்டமலை சீனிவாசன் ஆகியோரும் சேர்க்கப்பட்டனர். அந்த அமைப்பு உண்மையிலேயே பயனுள்ள வேலைகளைச் செய்யும் என அம்பேத்கரும் மற்றவர்களும் எதிர்பார்த்தனர். அந்த நேரத்தில் அம்பேத்கர் மூன்றாவது வட்ட மேசை மாநாட்டுக்குச் செல்ல நேர்ந்ததால் 'தீண்டாமை எதிர்ப்புக் கழகம்' செய்ய வேண்டியவை குறித்த தெளிவான செயல்திட்டம் ஒன்றைத் தயாரித்து அந்த அமைப்பின் பொதுச்செயலாளராக இருந்த ஏ.வி. தக்கருக்கு அனுப்பிவைத்தார்.

காந்தியோ தீண்டாமை எதிர்ப்புக் கழகத்தின் பிற உறுப்பினர்களோ அம்பேத்கரின் திட்டம் குறித்துக் கருத்தெதுவும் சொல்லவில்லை. அந்தக் கடிதத்துக்குப் பதில்கூட எழுதவில்லை. அதனால் அம்பேத்கர் எம்.சி.ராஜா, ரெட்டமலை சீனிவாசன் ஆகியோரும் அந்த அமைப்பிலிருந்து விலகினார்கள். அந்த அமைப்பின் பெயரை 'ஹரிஜன சேவா சங்கம்' என காந்தி மாற்றியமைத்தார். அது தீண்டாமையை ஒழிப்பதற்குப் பதிலாக காங்கிரஸ்காரர்கள் சிலருக்குப் பதவி வழங்குவதற்கான ஏற்பாடாகச் சுருங்கிப்போனது.

காந்தி காலத்தில் மட்டுமல்ல; பட்டியல் சாதியினர் மக்கள் தமது உரிமைகளுக்காகப் போராடும் காலங்களில் எல்லாம் ஆட்சியாளர்கள் பட்டியல் சாதியினர் மீதான தமது கரிசனையை வெளிப்படுத்துவார்கள். ஆனால், நெருக்கடி முடிந்ததும் அந்தத் திட்டங்களும் குப்பைக்குப் போய்விடும். தீண்டாமைக் கொடுமைகளை ஒழிப்பதில் உண்மையிலேயே ஆட்சியாளர்களுக்கு அக்கறையிருந்தால் அதற்கான திட்டத்தைத் தேடி வேறெங்கும் அலைய வேண்டாம். அம்பேத்கர் 1932-ல் தயாரித்தளித்த திட்டம் இப்போதும் பொருத்தமாகவே இருக்கிறது.

குடிமை உரிமைகளை நிலைநாட்டுவதற்கான பிரச்சார இயக்கம்,

சம வாய்ப்புகள் கிடைக்கச் செய்தல், சமூகக் கலந்துறவாடுதல், தொண்டர்களை உருவாக்குதல் - இந்த நான்கு அம்சங்களைக் கொண்டதே அம்பேத்கர் தயாரித்தளித்த அந்தத் திட்டம். அதில் முதல் அம்சத்தை மட்டும் நிறைவேற்றினாலே போதும், வன்கொடுமைகள் பெருமளவில் குறைந்துவிடும்.

குடிமை உரிமைகளை நிலைநாட்டுதல் தொடர்பாக அம்பேத்கர் முன்வைத்தது இதுதான்: " தீண்டாமை எதிர்ப்புக் கழகத்துக்குக் கிராமப் பகுதிகளில் தொண்டர்களை உருவாக்க வேண்டும். ஒடுக்கப்பட்ட மக்கள் தமது உரிமைகளுக்காகப் போராடும் நடவடிக்கைகளில் ஒதுக்கப்பட்ட மக்களுக்கு அந்தத் தொண்டர்கள் உதவ வேண்டும்."

இப்படியொரு வேலை கிராமங்களில் நடந்தால், "இந்து சமூகத்தில் புரட்சி நடக்கும். அத்தகைய சமூகப் புரட்சி நடக்காமல் ஒதுக்கப்பட்ட மக்கள் சமூக அந்தஸ்து பெறுவது ஒருபோதும் கைகூடாது" எனக் கருதிய அம்பேத்கர், "சாதி இந்துக்களில் ஒடுக்கப்பட்டவர்களிடம் பரிவோடு இருப்பவர்கள், தேவைப்பட்டால் தமது உற்றார் உறவினர்களை எதிர்த்துப் போராடவும் தயாராக இருக்க வேண்டும்" என்றார்.

அம்பேத்கர் முன்வைத்த திட்டம் ஓர் அமைப்பு செய்ய வேண்டிய பணிகளை மட்டுமின்றி ஒவ்வொரு தனிமனிதரும் செய்ய வேண்டிய பணிகளையும் சுட்டிக்காட்டியுள்ளது. இந்த நாட்டில் ஜனநாயகத்தைக் கட்டியெழுப்ப வேண்டுமெனில் ஒவ்வொரு மனிதனும் சாதியிலிருந்து விடுபட வேண்டும், தான் பிறந்த சாதியின் நலனைப் புறக்கணிக்க வேண்டும் என்பதுதான் அம்பேத்கர் முன்வைத்த தீர்வு. சுருக்கமாகச் சொன்னால் 'சொந்த சாதியின் நலனுக்குத் துரோகம் செய்யும் ஒருவர்தான் ஜனநாயகத்துக்குக் காவலராக இருக்க முடியும்.'

பூனா ஒப்பந்தத்தால் பறிக்கப்பட்ட தனி வாக்காளர் தொகுதியை மீண்டும் கொண்டுவர வேண்டும் எனச் சிலரும் விகிதாச்சாரப் பிரதிநிதித்துவ முறை வேண்டும் எனச் சிலரும் இப்போது வலியுறுத்திவருகின்றனர்.ஒடுக்கப்பட் மக்களின் உண்மையான பிரதிநிதிகள் தேர்ந்தெடுக்கப்படும் விதமாக நமது நாட்டின் தேர்தல் முறையில் மாற்றம் செய்ய வேண்டும் என்பது அவசியம்தான். ஆனால் அதைவிடவும் முக்கியம்... மக்களுக்கான குடிமை உரிமைகளை வென்றெடுப்பது!

●

பௌத்தம் தழுவல்

ராமசந்திர குஹா

அம்பேத்கரின் பௌத்தம் செழித்திருந்தால் இந்தியா எப்படி இருந்திருக்கும்?

நான் மிகவும் விரும்பிப் படித்த நாளிதழ் இப்போது வெளிவருவது இல்லை. 'பம்பாய் கிரானிகில்' என்ற அந்த நாளிதழ் இந்தியர்களால் நடத்தப்பட்டது. பிரிட்டிஷ்காரர்களுக்குச் சொந்தமான, பிரிட்டிஷ்காரர்களுக்குத் தேவைப்படும் செய்திகளைப் பிரசுரித்துவந்த 'டைம்ஸ் ஆஃப் இந்தியா' நாளிதழுக்கு மாற்றாகக் கொண்டுவரப்பட்டது.

20-ம் நூற்றாண்டின் முதல் பாதியில் பம்பாய் என்பது, வசிப்பதற்கும் தொழில் செய்வதற்கும் மிகவும் உற்சாகமான நகரமாக இருந்தது. பிரிட்டிஷ் இந்தியாவின் வணிகத் தலைநகரமாகவும், தேசிய அரசியலின் மையமாகவும், திரைப்பட உலகின் களமாகவும், வேறு பல விஷயங்களுக்கு முக்கியக் கேந்திரமாகவும் திகழ்ந்தது. அந்தக் காலத்துக்கே உரிய உற்சாகமான தருணங்களும், தீவிரமான கணங்களும் 'பம்பாய் கிரானிகில்' இதழில் விளக்கமாகப் பதிவுசெய்யப்பட்டன. அந்நாளிதழுக்குச் சிறந்த நிருபர்கள் பலரும், மிகச் சிறந்த இரு ஆசிரியர்களும் இருந்தனர். நாளிதழின் தொடக்கக் காலத்தில் பி.ஜி. ஹார்னிமன் என்பவரும், 1920, 1930-களில் எஸ்.ஏ.பிரெல்வி என்பவரும் ஆசிரியர்களாக இருந்தனர்.

60 ஆண்டுகளுக்கு முன்னால்...

பி.ஆர்.அம்பேத்கர் புத்த மதத்தைத் தழுவிய வரலாற்றுச் சிறப்புமிக்க

நிகழ்ச்சியைக் கட்டுரையாக எழுத வேண்டும் என்று தீர்மானித்தபோது, 'பம்பாய் கிரானிகில்' நாளிதழையே ஆதாரத் தகவல்களுக்காக நான் தேர்வுசெய்தேன். பொதுவாழ்வில் அம்பேத்கர் ஈடுபட்ட நாள் முதல், அவரைப் பற்றிய செய்திகளைத் தவறாது பிரசுரித்துவந்த அந்நாளிதழ், அவருடைய வாழ்நாளின் கடைசி முக்கிய நிகழ்ச்சியை எப்படிப்பிரசுரித்திருந்தது என்பதை அறிய வேண்டும் என்ற ஆவலும் என்னிடம் சேர்ந்துகொண்டது. ஹார்னிமேன், பிரெல்வி இருவரும் இறந்த பிறகும் அந்நாளிதழ் வெளியானது. மகாராஷ்டிர மாநிலத்தின் நாகபுரி நகரில் 14-10-1956 ஞாயிற்றுக்கிழமை, இந்து மதத்திலிருந்து புத்த மதத்துக்கு மாறினார் அம்பேத்கர். (அந்த இடம்தான் 'தீட்சா பூமி'.) பத்திரிகையில் வெளியான செய்திக்குச் செல்வதற்கு முன்னால் சிறிய விளக்கம் தர விரும்புகிறேன்.

1935 அக்டோபர் மாதம், குஜராத் மாநிலத்தின் 'கவிதா' என்ற கிராமத்தில், தங்களுடைய குழந்தைகளையும் உள்ளூர் பள்ளிக்கூடத்தில் சேர்த்துப் பாடம் சொல்லித்தருமாறு 'தீண்டத்தகாதவர்கள்' என்று ஆதிக்கச் சாதியினரால் ஒதுக்கப்பட்ட மக்கள் கேட்டுக்கொண்டிருக்கிறார்கள். ஆதிக்கச் சாதியினர் இதைப் புறக்கணித்ததோடு எதிர்வினைகளிலும் இறங்கியிருக்கின்றனர். இந்தச் சம்பவத்தைக் கேள்விப்பட்ட அம்பேத்கர், "நாம் வேறொரு மதத்தைச் சேர்ந்தவர்களாக இருந்தால், இப்படி நடத்தும் துணிச்சல் அவர்களுக்கு இருந்திருக்காது" என்று கூறினார். "உங்களுக்குச் சம அந்தஸ்தும், சம மரியாதையும் அளிக்கும் எந்த மதத்தையும் தேர்ந்தெடுத்து

அதற்கு மாறிவிடுங்கள்" என்று தன்னுடைய தொண்டர்களுக்கு உடனே அறிவுறுத்தினார். அம்பேத்கரின் ஆலோசனைப்படி, ஒடுக்கப்பட்ட மக்களின் கூட்டம் நாசிக் நகரில் நடந்தது. 'இந்து மதத்திலிருந்து வெளியேறி, சம அந்தஸ்து தரும் பிற மதத்தைத் தழுவுங்கள்' என்று கோரும் தீர்மானம் ஒன்று அக்கூட்டத்தில் நிறைவேற்றப்பட்டது.

இந்து மதத்துடன் தனக்குள்ள எல்லாத் தொடர்புகளையும் துண்டித்துக்கொள்ள விரும்புவதை 1935 அக்டோபர் மாதத்திலேயே வெளிப்படுத்தினார் அம்பேத்கர். அதற்குச் செயல்வடிவம் கொடுப்பதற்கு அவருக்கு 21 ஆண்டுகள் பிடித்துள்ளன. ஏன்? அதற்கும் முன்னால், அவ்வாறு மதம் மாறுவதைத் தவிர்த்து, சம உரிமை பெற வேறு என்னென்ன வழிகள் இருக்கின்றன என்று ஆராய அத்தனை ஆண்டுகள் பிடித்துள்ளன. அது மட்டுமல்லாமல் அன்றாடம் தொடர்ந்து விவாதிக்கப்பட வேண்டியதாக இருந்த சீர்திருத்தம், பிரதிநிதித்துவம் போன்றவற்றின் மீதும் கவனம் செலுத்த வேண்டியிருந்தது.

தாமதம் ஏன்?

அம்பேத்கர், "இந்து மதத்திலிருந்து வெளியேறுவேன்" என்று கூறியதும் இஸ்லாம், கிறிஸ்தவம் ஆகிய மதத்தைச் சேர்ந்தவர்கள் அவருடன் தொடர்புகொண்டனர். அவ்விரண்டும் இந்தியாவில் தோன்றிய மதங்கள் அல்ல என்பதால் அவர்களுடைய அழைப்புகளை அம்பேத்கர் நிராகரித்தார். சீக்கிய மதத்தில் சேருவது பற்றிச் சில காலம் பரிசீலித்தார். அங்கும் இந்து மதத்தைப் போல சாதிப் பிரிவுகள் இருக்கின்றன என்பதை அறிந்ததும் அந்த முடிவைக் கைவிட்டார்.

இந்தத் தேடல் தொடர்ந்தது. 1940-கள் முதல் புத்த மதத்தின் பால் பெரிதும் ஈர்க்கப்பட்டார். புத்த மதக் கருத்துகளைப் படிப்பதையும் அவை பற்றி எழுதுவதையும் தீவிரப்படுத்தினார். 1954-ல் பர்மா தலைநகர் ரங்கூனில் நடந்த உலக புத்தமத மாநாட்டில் பங்கேற்றார். இக்காலத்தில் அவர் புத்த மதத்தில் சேருவது என்ற முடிவை எடுத்துவிட்டார். அவரது அரசியல், சமூகச் சீர்திருத்த நடவடிக்கைகளும், உடல் நலத்தில் ஏற்பட்ட பின்னடைவும் மதமாற்ற நிகழ்ச்சியைத் தாமதப்படுத்திவந்தன.

அக்டோபர் பதினான்கும் அம்பேத்கரும்

1956 மே மாதம், 'புத்தமும் தம்மமும்' என்ற நூலை எழுதி முடித்து, அதை அச்சுக்கு அனுப்பி வைத்தார். அதன் பிறகு, புத்த மதத்தில் சேருவது என்ற முடிவை முறைப்படி அறிவித்தார். அதற்காக அவர் தேர்ந்தெடுத்த நகரம் நாகபுரி. அங்கு அவருக்கு விசுவாசமிக்க தொண்டர்கள் ஏராளம். அக்டோபர் 14-ம் நாள் ஞாயிற்றுக்கிழமையை அதற்காகத் தேர்வுசெய்தார். அந்த ஆண்டு இந்து பஞ்சாங்கப்படி அந்த நாள் விஜய தசமி ஆகும்.

நாகபுரிக்கு 'பம்பாய் கிரானிகல்' நாளிதழின் நிருபர் அன்று அதிகாலையிலேயே சென்று விட்டார். மத மாற்ற நிகழ்ச்சி நடைபெறுவதற்கு ஒரு வாரத்துக்கு முன்பிருந்தே அம்பேத்கரின் 'பட்டியல்சாதியினர் கூட்டமைப்பு' அலுவலகத்துக்கு வெளியே, தங்களுடைய பெயரைப் பதிவுசெய்துகொள்ள நீண்ட வரிசையில் மக்கள் காத்திருக்கத் தொடங்கினர். வெள்ளிக்கிழமை (அக்டோபர் 12) பிற்பகலில் இருந்தே நகருக்குள் வரும் பேருந்துகள், ரயில்கள் மற்றும் இதர வாகனங்கள் மூலம் ஆதரவாளர்கள் குவியத் தொடங்கினர். எல்லா வாகனங்களிலும் கூட்டம் நிரம்பி வழிந்தது.

'தீட்சா பூமி'யில் மக்கள்

திட்டமிட்டபடி அக்டோபர் 14-ம் நாள் மதமாற்ற நிகழ்ச்சி நடந்தது. அடுத்த நாள் அந்நாளிதழின் முதல் பக்கத்திலேயே அச்செய்தி மிகப் பெரிதாக இடம்பெற்றது. 'காலையிலிருந்தே ஆயிரக்கணக்கான மக்கள் அலையலையாக 'தீட்சா பூமி'யில் வந்து குவிந்தனர். வீதிகளெங்கும் மக்களால் நிரம்பி வழிந்ததால் வாகனப் போக்குவரத்து அடியோடு நின்றது. உலகின் எந்தப் பகுதியிலும் இப்படியொரு நிகழ்ச்சி நடந்ததில்லை என்று கூறுமளவுக்கு, நகருக்கு வெளியே பத்து லட்சம் சதுர அடிப் பரப்பில் நடந்த அந்நிகழ்ச்சியில், எந்தப் பக்கம் திரும்பினாலும் மனிதத் தலைகளே கடலலையைப் போல விரவிக் கிடந்தன' என்று வர்ணித்திருக்கிறார் செய்தியாளர். அன்றைய தினம் மட்டும் ஆண்கள், பெண்கள், குழந்தைகள் என்று மூன்று லட்சத்துக்கும் மேற்பட்டவர்கள் மதம் மாறினர்.

அம்பேத்கரும் அவருடைய மனைவி சவிதாவும் முதலில் நின்றனர். பர்மாவைச் சேர்ந்த 83 வயது புத்தத் துறவி சந்திரமணி அவர்களைப் புத்த மதத்துக்கு வரவேற்றார். உறுதிமொழியை அவர் சொல்லச் சொல்ல, மற்றவர்கள் அதையே திரும்பக் கூறி புதிய மதத்தில் சேர்ந்தனர். பிறகு, அம்பேத்கர் அதே உறுதிமொழியைக் கூற, தீட்சா பூமியில் திரண்டிருந்த அனைவரும் மராத்தி மொழியில் அதையே திரும்பக் கூறி உறுதியேற்றனர்.

வரலாற்று நிகழ்வு

அம்பேத்கர் அப்போது தூய வெண்ணிற ஆடை அணிந்திருந்தார். மனைவியுடன் அவர் நிகழ்ச்சி மேடைக்குச் சென்றபோது ஆயிரக்கணக்கான ஆதரவாளர்களின் உற்சாகக் குரல் விண்ணை நிறைத்தது. நூற்றுக்கணக்கான கேமராக்கள் அப்போது பளிச்சிட்டு வரலாற்று நிகழ்வைப் பதிவுசெய்துகொண்டன.

அம்பேத்கரும் அவருடைய தொண்டர்களும் எடுத்துக்கொண்ட உறுதிமொழியின் சுருக்கம்: "தீண்டாமையைக் கடைப்பிடிக்க மாட்டேன், அனைத்து மனித உயிர்களையும் சமமாக மதிப்பேன். என்னுடைய அன்றாட வாழ்க்கையில் கொல்லாமை, களவு செய்யாமை, புலனடக்கம்,

கள்ளுண்ணாமை, பொய்யுரைக்காமை எனும் பஞ்ச சீலத்தைக் கடைப்பிடிப்பேன். 'அறிவு, கருணை, கடமை என்ற முந்நெறிகளை அடிப்படையாகக் கொண்ட பௌத்தமே உண்மையான மதம் என்று நம்புகிறேன். இந்து மதத்தைக் கைவிட்டு புத்த மதத்தைத் தழுவியதன் மூலம் மறு பிறவியை அடைகிறேன்."

இந்து மதத்தில் ஏதுமில்லை

இதற்கு மறுநாள், அக்டோபர் 15 அன்று மிகப் பெரிய பொதுக்கூட்டத்தில் பேசிய அம்பேத்கர், புத்த மதத்தைத் தழுவியது ஏன் என்பதை விளக்கினார். "மனித குலம் எப்போதுமே தன்னுடைய நடத்தை, செயல்பாடுகள் குறித்து சுயமாக சிந்தித்துப் பார்த்து அவற்றை மேம்படுத்திவந்துள்ளது. பொருளாதாரரீதியாக முன்னுக்கு வருவதும், சட்டமியற்றும் அதிகாரங்களைக் கொண்ட சட்டப் பேரவை, நாடாளுமன்றம் போன்றவற்றில் நம்மவருக்குப் பிரதிநிதித்துவம் கிடைப்பதும் முக்கியம் என்றாலும், அனைத்து வகையிலான முன்னேற்றத்துக்கு மத நம்பிக்கை மிக மிக அவசியமாகும். இந்து மதத்தின் வறட்டுக் கொள்கைகள், ஹரிஜனங்களின் உயர்வுக்கு மிகப் பெரிய தடைக்கல்லாக இருக்கின்றன (ஹரிஜனங்கள் என்ற சொல்லை அம்பேத்கர் பயன்படுத்தவில்லை, ஆனால் பத்திரிகையில் அப்படிப் பதிவாகியிருக்கிறது). பிராமணர்கள், க்ஷத்திரியர்கள், வைசியர்களைத் தவிர மற்றவர்கள் உற்சாகமடைய இந்து மதத்தில் ஏதுமில்லை. எனவேதான், மிக முக்கியமான இந்த முடிவை எடுத்து, புதிய மத நம்பிக்கையை ஏற்க நேர்ந்தது."

புத்த மதம் பிறந்தது இந்தியாவில்தான் என்றாலும், அது பிறந்த நாட்டில் செல்வாக்கின்றி மருகியது. அதே வேளையில், தென் கிழக்காசிய நாடுகளில் தழைத்தோங்கியது. எனவே, வெளிநாட்டுச் செல்வாக்கால் இந்த மதத்துக்கு மாறினீர்களா என்று சிலர் கேட்கக்கூடும் என்பதை ஊகித்து, "இந்தப் புதிய மதத்துக்கு ஆதரவு காட்டும் விதத்தில் உதவிகள் செய்யுங்கள் என்று அந்நியர்களைக் கேட்க மாட்டேன். மற்றவர்கள் பணம் கொடுப்பார்கள் அல்லது கொடுக்காமல் இருப்பார்கள். ஆனால், இந்நாட்டு மக்கள் மீது நான் நம்பிக்கை வைக்கிறேன்" என்று பேசியிருக்கிறார். "உங்களுடைய வருமானத்திலிருந்து 5%-ஐ சமூகப் பணிக்கும் புதிய மதத்துக்கும் கொடுப்பது என்று நீங்கள் முடிவுசெய்தால், இந்தப் புதிய மதமானது இந்த நாட்டை மட்டுமல்ல, உலகம் முழுவதையுமே உயர்த்திவிடும்" என்று பேசியிருக்கிறார்.

அக்டோபர் 14 ஏன்?

புத்த மதத்துக்கு மாற அக்டோபர் 14-ஐ ஏன் தேர்வுசெய்தார் என்ற கேள்வி எழுகிறது. அது ஞாயிற்றுக்கிழமை, விடுமுறை நாள் என்பதால் தன்னுடைய ஆதரவாளர்களால் எளிதில் வர முடியும் என்று தீர்மானித்தாரா?

இந்து மத நம்பிக்கைகள்படி விஜய தசமி என்பது தீமையை நன்மை வெற்றி கண்ட நாள். சாதிப் பாகுபாட்டையும் தீண்டாமையையும் கடைப்பிடிக்கும் தீமைகள் நிறைந்த இந்து மதத்தை வெற்றி காண பௌத்தமே சிறந்தது என்பதை அடையாளப்படுத்த அந்த நாளைத் தீர்மானித்தாரா? இந்துக்களால் சாதிரீதியாக ஒடுக்கப்பட்ட தங்களுடைய மக்களுக்கு மத அடிமைத்தனத்திலிருந்து விடுதலை பெற்ற நாள் என்ற அடையாளத்துக்காக அந்நாளைத் தேர்ந்தெடுத்தாரா என்ற கேள்விகள் எழுகின்றன. அம்பேத்கருக்கு நெருக்கமான வட்டாரங்கள்கூட இதற்கு விளக்கம் தரவில்லை.

புத்த மதத்தில் சேர்ந்த அடுத்த ஏழாவது வாரத்தில் அம்பேத்கர் காலமானார். ஒருவேளை, அம்பேத்கர் மேலும் சில ஆண்டுகள் நல்ல ஆரோக்கியத்துடன் வாழ்ந்திருந்தால் என்னவாகியிருக்கும்? இன்னும் ஒரு பத்தாண்டுகள் அவர் வாழ்ந்திருந்தால் அவருடைய பேச்சு, எழுத்து, செயல்பாடுகள் காரணமாக ஈர்க்கப்பட்டு மேலும் பல லட்சம் ஒடுக்கப்பட்ட மக்கள் புத்த மதத்தைத் தழுவியிருப்பார்கள். லட்சக்கணக்கில் அல்ல, பல லட்சக்கணக்கில் மக்கள் புத்த மதத்துக்கு மாறத் தொடங்கியிருந்தால், அது இந்தியாவின் சமூக, அரசியல் வரலாற்றையே புரட்டிப் போட்டிருக்கும்.

மதம் மாறிய சில வாரங்களுக்கெல்லாம் அம்பேத்கர் மறைந்ததுதான் பெரிய சோகம். அவர் மேலும் பத்து அல்லது பதினைந்து ஆண்டுகள் வாழ்ந்திருந்து கோடிக்கணக்கான இந்தியர்களை பௌத்தத்தின் பக்கம் ஈர்த்திருந்தால் சனாதனத்தைத் தூக்கிப் பிடிக்கும் இந்து மதமே மேலும் சீர்திருந்தி, சாதிரீதியிலான ஏற்றத் தாழ்வுகளைக் கைவிடவும், கண்மூடித்தனமான பல பழக்கங்கள் மண்மூடிப் போகவும்கூட வழியேற்பட்டிருக்கும். இந்திய மக்களை உய்விக்க வந்த மாபெரும் சீர்திருத்தவாதியின் மறைவால், இந்துக்களான நாம் மீண்டும் பழைய, சாதியக் கண்ணோட்டம் மிக்க பாரபட்சமான மனநிலையிலேயே உறைந்துவிட்டோம்.

தமிழில் சுருக்கமாக: *சாரி*

ஷங்கர் ராமசுப்பிரமணியன்
பத்திரிகையாளர்

மெய் வழிப் பாதை:
அம்பேத்கரின் கனவு நூல்

இருபதாம் நூற்றாண்டில் இந்தியா கண்ட பேரறிஞர்களில் ஒருவரும் நமது அரசியல் சாசனத்தை உருவாக்கிய தலைமைச் சிற்பியுமான பாபாசாகேப் அம்பேத்கரின் பிறந்த தினத்தை முன்னிட்டு அவர் தன் வாழ்நாளின் கடைசியில் எழுதிய 'புத்தரும் அவர் தம்மமும்' நூல் இங்கே அறிமுகப்படுத்தப்படுகிறது.

டிசம்பர் ஐந்தாம் தேதி இரவு. பீம்ராவ் ராம்ஜி அம்பேத்கர் புதுடெல்லியில் அலிப்பூர் சாலையில் உள்ள வாடகை வீட்டில் ரேடியோகிராமைக் கேட்டபடி அதனுடன் இணைந்து உச்சரித்துக்கொண்டிருந்தார். "புத்தம் சரணம் கச்சாமி, தம்மம் சரணம் கச்சாமி, சங்கம் சரணம் கச்சாமி". புத்தரிடம், அவரது தம்மத்தில் அவரது சங்கத்தில் அடைக்கலம் கொள்கிறேன் என்பதுதான் அதன் அர்த்தம். அப்போது அவரது சமையல்காரர் அங்கே வந்து சிறிது சோறையாவது சாப்பிட்டு ஓய்வெடுக்குமாறு நினைவுபடுத்தினார்.

அம்பேத்கர் வெகுகாலம் உழைத்து எழுதிய 'புத்தரும் அவர் தம்மமும்' புத்தகத்துக்கான முன்னுரையை அவர் நிறைவு செய்திருந்தார். தனது உதவியாளர் ரத்துவிடம் முன்னுரையை அச்சுக்கு அனுப்பும்படி உத்தரவிட்டு நள்ளிரவில் உறங்கச் சென்றார் அம்பேத்கர். டிசம்பர் ஆறாம் தேதி காலை உறக்கத்திலேயே இறந்ததாக அறிவிக்கப்பட்ட அம்பேத்கர், தன்னைத் துரத்திய நோய்களின் அவஸ்தைகளுடன் போராடி எழுதிய 'புத்தரும் அவர் தம்மமும்' நூலை புத்தக வடிவில் பார்க்கவேயில்லை.

கல்கத்தாவைச் சேர்ந்த மகாபோதி கழகத்தினர் நடத்திவந்த இதழுக்காக கேட்கப்பட்ட கட்டுரையில் புத்தரின் சமயம் மட்டுமே அறிவியலால் விழிப்புணர்வு பெற்ற சமூகத்தால் ஒப்புக்கொள்ளக்கூடிய சமயமாக இருக்கும் என்று வாதிட்டார். பௌத்தம் இந்த உலகில் மெதுவாகவே வளர்வதற்குக் காரணமாக, பௌத்தம் சார்ந்த நூல்களின் எண்ணிக்கை அதிகமென்று குறிப்பி' । அவர், மற்ற சமயத்தினருக்கு உள்ளதுபோல, ஒரு பொதுநூல் பௌத்த மதத்தவர்களுக்கு இல்லை என்று காரணத்தையும் கூறுகிறார். இந்த அடிப்படையில் அவரது கட்டுரையைப் படித்த பலரும் அப்படியான ஒரு நூலை அவர் எழுத வேண்டுமென்று கேட்டுக்கொண்டதன் அடிப்படையில் அம்பேத்கர் எழுதியதே 'புத்தரும் அவர் தம்மமும்' ஆகும்.

'புத்தரும் அவர் தம்மமும்' நூலை எழுதப் பல நூல்கள் பயன்பட்டதாகக் குறிப்பிடும் அம்பேத்கர், ஆதாரமான நூல் என்று அஸ்வ கோஷரின் புத்தசரிதம் நூலைக் குறிப்பிடுகிறார். சில இடங்களில் அஸ்வகோஷரின் மொழியை எடுத்தாண்டிருப்பதாகவும் குறிப்பிடுகிறார்.

புத்தரின் வாழ்வு, போதனைகளைக் கூறும் நூல் 'புத்தரும் அவர் தம்மமும்' ஆகும். புத்தரின் பிறப்பு, வாழ்க்கை, கொள்கைகள் மீது தெய்வத்தன்மையை

ஏற்றிவிட்ட தேரவாதம், மகாயானம், வஜ்ராயனம் எனப்படும் பௌத்த சமயப் பிரிவுகளிலிருந்து மாறுபட்டு 'நவயான பௌத்தம்' என்ற ஒன்றை அம்பேத்கர் நிறுவினார். நவயானா என்பதற்கு புதிய வாகனம் என்று பொருள்.

புத்தர் துறவறத்தை ஏற்றதற்கான காரணமாக நமக்கு காலம் காலமாகக் கூறப்படும் கதையை அம்பேத்கர் மறுக்கிறார். ஏனெனில் 29 வயதில் புத்தர் துறவறத்தை ஏற்றார். 29 வயதான மனிதன் அதற்கு சற்று முன்பு வரை ஒரு இறந்த மனிதனையும் நோயாளியையும் முதுமையுற்றவரையும் பார்க்காமல் எப்படி இருக்க முடியும் என்ற கேள்வியைக் கேட்கிறார்.

'புத்தரும் அவரது தம்மமும்' நூல் புத்தரின் வாழ்க்கை, போதனைகளைப் பற்றிய அரிய தகவல்களைத் தொகுத்து வழங்குகிறது. மதம் என்பது மக்களை இணைப்பதாகவும், துயருறுவோரின் வருத்தங்களைக் குறைப்பதாகவும், அவர்களை அவர்களது துயரங்களிலிருந்து விடுவிப்ப தாகவும் இருக்கவேண்டுமென்பது அம்பேத்கரின் கனவு.

2500 ஆண்டுகளுக்கு முன்னர் பிறந்த புத்தர், மானுடத்தின் ஒற்றுமையையும் அவர்களது சமத்துவத்தையும் பிரகடனப்படுத்தியவர். சாதி, இனம், நிறம் அடிப்படையில் நிலவும் ஏற்றத்தாழ்வைக் கடுமையாக எதிர்த்தவர். அனைத்து மனிதர்களும் ஒரே உயிரியல் வகையைச் சார்ந்தவர்கள் எனச் சுட்டிக்காட்டிய அந்தப் புத்தரின் கொள்கைகளைக் கொண்டு இன்றைய மனிதனுக்கான நீதியை வென்றெடுக்க அம்பேத்கர் எழுதிய நூலே 'புத்தரும் அவரது தம்மமும்'.

இந்த நூல் மறைந்த பேராசிரியர் பெரியார்தாசனால் தமிழில் மொழிபெயர்க்கப்பட்டு வெளியாகியுள்ளது.

ஜெய்ராம் ரமேஷ்
முன்னாள் மத்திய அமைச்சர்

ஆசிய ஜோதியும் அம்பேத்கரும்!

புத்தரைப் பற்றி ஆங்கிலேயரான சர் எட்வின் ஆர்னல்டு 1879-ல் வெளியிட்ட காவியம்தான் 'தி லைட் ஆஃப் ஏசியா' (The Light of Asia). கவிதை நடையில் எழுதப்பட்ட இந்தக் காவியம், புத்தரைப் பற்றி மேற்குலகு அறிந்துகொள்வதில் முக்கியப் பங்குவகித்தது. விவேகானந்தர், காந்தி, நேரு, பி.ஆர்.அம்பேத்கர் ஆகியோரின் வாழ்க்கையிலும் சிந்தனையிலும் பெரும் தாக்கத்தை ஏற்படுத்திய நூல் அது. இந்த நூலைத் தழுவி 'ஆசிய ஜோதி' என்ற நூலைத் தமிழில் கவிமணி தேசிகவிநாயகம் பிள்ளை எழுதியிருக்கிறார். இந்தியாவின் கலாச்சார விழிப்புக்கும் சமூக மாற்றத்துக்கும் 'தி லைட் ஆஃப் ஏசியா' பெருமளவில் பங்களித்திருக்கிறது. இந்த நூலைப் பற்றி முன்னாள் சுற்றுச்சூழல் அமைச்சர் ஜெய்ராம் ரமேஷ் ஆங்கிலத்தில் எழுதியிருக்கும் 'தி லைட் ஆஃப் ஏசியா: தி போயம் தட் டிஃபைன்டு தி புத்தா' நூலிலிருந்து சிறு பகுதி 'தி இந்து' நாளிதழில் வெளியானது.

எல்லா வகையிலும் எட்வின் ஆர்னல்டு முழுமையான விக்டோரிய காலகட்டத்து விழுமியங்களைக் கொண்டவர். வியப்பூட்டும் பன்மொழித் திறனாளராக இருந்த அவர் கிரேக்கம், லத்தீன், அரபி, துருக்கி, பிரெஞ்சு, ஜெர்மன், ஜப்பானிய மொழி, ஹீப்ரு, பாரசீகம், சம்ஸ்கிருதம், மராத்தி மொழிகளை அறிந்தவராக இருந்தார். லண்டனின் செய்தித்தாளான 'தி டெய்லி டெலிகிராப்'புக்கு 40 ஆண்டுகள் பிரதானக் கட்டுரைகள் எழுதினார். பிரிட்டிஷ் பேரரசு மேற்கொண்ட நாகரிகப்படுத்தும் லட்சியப் பணியில் உறுதியான நம்பிக்கை கொண்டவர். அதேவேளையில், அவர் இந்திய ஆர்வலராகவும் இருந்தார்.

வைஸிராயாக டல்ஹவுசி பிரபு பதவி வகித்த காலகட்டத்தைப் பற்றிய ஆய்வு நூலை இரண்டு பாகங்களாக அதுவரை எழுதியிருந்தார். பிரபலமான இந்தியச் செவ்வியல் இலக்கியங்கள் இரண்டை அவர் மொழிபெயர்த்து வெளியிட்டிருந்தார். மேலும், இந்தியா தொடர்பான கருப்பொருள்களைக் கொண்டு நேரடியாக நிறைய கவிதைகளையும் எழுதியுள்ளார்.

1879-ல்தான் அவருக்கு அதிர்ஷ்டப் பரிசு கிடைத்தது; அந்த ஆண்டில் அவர் வெளியிட்ட வெற்றிகரமான புத்தகம் உலகம் முழுவதிலும் அதிர்வலைகளை ஏற்படுத்தியது. ரிஸ் டேவிட்ஸ், மாக்ஸ் முல்லர், மேடம் பிளாவட்ஸ்கி போன்றோர்களால் உலகளவில் புத்தர் மீது கவனமும் பேச்சும் திரும்பியிருந்த காலகட்டம் அது. ஆர்னல்டு போன்ற பின்னணியும் ஈடுபாடுகளும் கொண்ட மனிதர் ஒருவர் புத்தர் சார்ந்து எழுதுவதற்கு ஈர்க்கப்படுவது இயல்பானதுதான்.

அந்தப் புத்தகத்தின் தலைப்புப் பக்கம் இப்படி இருக்கிறது: ஆசிய ஜோதி அல்லது மகா நிர்வாணம், இந்திய இளவரசரும் புத்த மதத்தின் நிறுவனருமான கௌதமரின் வாழ்க்கையையும் போதனைகளையும் சொல்வது (இந்திய பௌத்தர் ஒருவரால் செய்யுள்களால் சொல்லப்பட்டது).

ஆர்னல்டு புதுமையான உத்தி ஒன்றைப் பயன்படுத்துகிறார் என்பது நூலின் தொடக்கத்திலிருந்தே தெளிவாகிறது: பௌத்தத்தை நிறுவியவரான இளவரசர் கௌதமரின் வாழ்வும், அவரது குணங்களும் போதனையும் கற்பனைக் கதாபாத்திரமான பௌத்தத் துறவி ஒருவரால் சொல்லப்படுவதுபோல இந்த நூல் உள்ளது. அவர் இதைச் செய்வதற்கான காரணத்தையும் இப்படிச் சொல்கிறார்: ஆசியவியல் சிந்தனைகளின் உத்வேகத்தை முழுமையாகப் புரிந்துகொள்வதற்கு அவற்றைக் கீழைத்தேயக் கண்ணோட்டத்திலிருந்து பார்க்க வேண்டும்; இல்லையென்றால், இந்தப் பதிவைப் புனிதப்படுத்தும் அற்புதங்களோ, அது உருவகப்படுத்தும் தத்துவமோ இந்தப் புத்தகத்தில் இவ்வளவு இயல்பாக வெளிப்பட்டிருக்காது.

பூனா கல்லூரியில் கிடைத்த இரண்டாண்டு அனுபவம் ஆர்னல்டிடம் அழிக்க இயலாத தடத்தை விட்டுச்சென்றுள்ளது தெளிவு. நிர்வாணம், தர்மம், கர்மம் போன்ற பௌத்தத்தின் முக்கியமான அம்சங்களை (ஆன்மா மற்றொரு உடம்பு எடுத்துக்கொள்ளும் என்ற தத்துவம் போன்றவற்றை) விளக்க விரும்புவதாக முன்னுரையில் சொல்லும் அவர் மனித வர்க்கத்தின் மூன்றில் ஒரு பங்கினரை மனதுக்கு மட்டுமே எட்டும் வெற்றுக் கருத்துகளையோ அல்லது சூன்யம்தான் நம் இருப்பின் (being) விளைவும் அது முடிவுறும் முகடும் என்பதையோ நம்பவைத்திருக்க முடியாது என்பது தன் உறுதியான நிலைப்பாடு என்பதாகவும் கூறினார். சனாதன கிறிஸ்தவ விமர்சகர்களுடன் நேருக்கு நேராக மோதுகிறார். முழுக்க முழுக்க வசனத்தில் எட்டுப்

புத்தகங்களாக எழுதப்பட்ட 'தி லைட் ஆஃப் ஏசியா' ஒவ்வொரு நூலுக்கு ஐநூறு அல்லது அறுநூறு வரிகளைக் கொண்டிருக்கிறது.

1956-ன் மிகப் பெரிய அரசியல் நிகழ்வு, இருபதாம் நூற்றாண்டு இந்திய வரலாற்றின் மாபெரும் நிகழ்ச்சிகளுள் ஒன்று, டாக்டர் அம்பேத்கர் பௌத்த மதத்துக்குத் தனது லட்சக்கணக்கான ஆதரவாளர்களோடு மாறியதாகும். இது அக்டோபர் 14 அன்று நடைபெற்றது. புத்தருடனும் பௌத்தத்துடனும் டாக்டர் அம்பேத்கர் நீடித்த ஈடுபாட்டைக் கொண்டிருந்ததால் இந்த நிகழ்ச்சி ஆச்சரியத்தை அளிக்கவில்லை.

அம்பேத்கர் வாழ்க்கையில் 'தி லைட் ஆஃப் ஏசியா' எங்கேயாவது தென்படுகிறதா என்பதைப் பார்க்க முயன்றேன். அம்பேத்கர் தனது வீட்டு நூலகத்தில் ஆர்னல்டின் புத்தகங்களின் இரண்டு பிரதிகளை வைத்திருந்ததால், டாக்டர் அம்பேத்கருக்கு அந்த நூலின் பரிச்சியம் இருக்கிறது என்பது தெளிவு. இப்போது அந்தப் புத்தகங்கள் மும்பையின் சித்தார்த் கல்லூரியில் உள்ளன. ஆனால், டாக்டர் அம்பேத்கர் மீது 'தி லைட் ஆஃப் ஏசியா' தாக்கம் எதையாவது செலுத்தியிருக்கிறதா?

இந்திய அரசமைப்புச் சாசனத்தை முன்னின்று நிர்மாணித்த அவரிடம் புத்தரைப் பற்றிய அந்தக் காவியம் என்ன மாதிரியான விளைவை ஏற்படுத்தியது என்பதைப் பற்றி குறிப்பிடத்தகுந்த அறிஞரான அக்ஷய் சிங் ரத்தோரிடம் கேட்டபோது அவர் கூறியது இதுதான்: "நேரடித் தாக்கம் இருந்தது என்று சொல்வது கடினமானது. ஆனால், அம்பேத்கரிய பௌத்தத்தைப் பற்றி எண்ணும்போது உண்மையான குவிமையம் எதுவென்றால், (அவர் காலத்து புத்த மதப் பிரிவுகளிலிருந்து) பிளவுபடும் புள்ளிகளும் செவ்வியல் இலக்கியத் தொடர்ச்சி, குறிப்பாக பாலி மொழிப் புனித நூல்களின் தொடர்ச்சி ஆகியவைதான். இப்போது மறைமுகமான தாக்கம் என்ன என்பதைப் பார்ப்போம். ஆர்னல்டு, கோசாம்பிக்கு விழிப்புணர்வு ஏற்படுத்தியவர்.

கோசாம்பியோ அம்பேத்கர் மீது மாபெரும் தாக்கத்தை ஏற்படுத்தியவர். இருப்பினும், அம்பேத்கர் மீது தாக்கம் செலுத்தியது எதுவென்றால், கேன்/ஆர்னல்டு ஆகியோரின் சிந்தனைகளை கோசாம்பி பரப்பியதல்ல, அவர்களிடமிருந்து கோசாம்பி துண்டித்துக்கொள்ளும் இடம்தான்..."

சித்தார்த்தனின் துறவுக்கான மிகவும் புரட்சிகரமான விளக்கத்தை 1940-களில் தர்மானந்த கோசாம்பி முன்வைத்ததைத்தான் ரத்தோர் குறிப்பிடுகிறார். ஆர்னல்டின் காவியமும் உண்மையில் ஒட்டுமொத்த பௌத்த சம்பிரதாயமும் இளவரசன் சித்தார்த்தன் அடுத்தடுத்து நான்கு காட்சிகளைக் கண்டதாக நம்புகிறது: வயோதிகர் ஒருவர், நோயாளி ஒருவர், சடலம் ஒன்று, துறவி ஒருவர்.

முதல் மூன்று காட்சிகளும் துன்பத்தின் இயல்பைப் பற்றி சித்தார்த்தனைச் சிந்திக்கத் தூண்டுகிறது. நான்காவது காட்சியானது மீட்சிக்கான வழியைக் காட்டுகிறது. 1899-ல் 'தி லைட் ஆஃப் ஏசியா'வைப் படித்த பிறகு கோசாம்பி, பௌத்த துறவியாகவும் பாலியின் முதல் நவீன இந்திய அறிஞராகவும் மாறினார். ஆனால், 1949-ல் கோசாம்பியின் மரணத்துக்குப் பிறகு புத்தகமாக வெளியிடப்பட்ட நாடகமான 'போதிசத்வா: நாடக்'-ல் கோசாம்பி, உலகத்தின் மீதான மறுப்பும் பரிநிர்வாணம் மீதான நம்பிக்கை அவரது ஞானத் தேடலுக்கான காரணம் அல்ல என்றும், இரண்டு குடிகளுக்கு இடையில் இருந்த நதிநீர்ப் பங்கீடு தொடர்பிலான பிரச்சினையைத் தீர்க்க படைபலத்தையும் சண்டையையும் பயன்படுத்துவதை அவர் தீவிரமாக எதிர்த்ததுதான் காரணம் என்றும் சொல்கிறார். சாக்கியக் குடிகளுக்கும் கோலியாக்களுக்கும் ஏற்பட்ட தாவா அது. கௌதமரின் தந்தை சாக்கிய குடிகளைச் சேர்ந்தவர்; அவரது தாய் கோலியா குடியைச் சேர்ந்தவர்.

இளவரசன் சித்தார்த்தனின் துறவுக்குக் காரணங்களென காலங்காலமாகக் கூறப்பட்டவற்றை கோசாம்பி தனது பிற்கால வாழ்க்கையில் மறுத்தார்; கோசாம்பியின் இந்தக் கருத்துகளை டாக்டர் அம்பேத்கரும் ஏற்றுக்கொண்டார். இந்தியாவின் கடந்த காலத்தில் புத்தரின், புத்த மதத்தின் சமூக, அரசியல் பங்கைப் பற்றி மறுபார்வை செய்யக்கூடியவையாக அம்பேத்கரின் பதிவுகள் இருந்தன. இந்த மறுபார்வை மூலம் சிந்து சமவெளி நாகரிகம் பற்றிய பிரதான வரலாற்றெழுத்தியல் போக்குகளுக்கு அம்பேத்கர் சவால் விடுத்தார் என்பதில் சிறிதும் சந்தேகமில்லை. 'தி லைட் ஆஃப் ஏசியா' நூலும் அப்படியான வரலாற்றெழுத்தியலில் வேர் கொண்டதுதான். புத்தரின் கொள்கைகள் மீது மாபெரும் விருப்பம் கொண்ட தாகூர், காந்தி, நேரு ஆகியவர்களிடமிருந்து அம்பேத்கரைத் தனித்துவமாகக் காட்டுவது இதுதான்.

தமிழில்: **ஷங்கராமசுப்ரமணியன்**

பன்முக ஆளுமை

இரா.வினோத்
பத்திரிகையாளர்

நவீன இந்தியாவின் தந்தை பாபாசாகேப் அம்பேத்கர்

நவீன இந்தியாவின் முக்கியமான சிந்தனையாளர்களில் ஒருவரான டாக்டர் பி.ஆர்.அம்பேத்கர் ஆய்வுப்புலத்தில் ஆயிரக்கணக்கான பக்கங்களை எழுதியதோடு அரசியல் களத்திலும் தீவிரமாக செயல்பட்டிருக்கிறார். வெளிநாட்டுப் பல்கலை கழங்கங்களில் பொருளியல், அரசியல், சமூகவியல், மானுடவியல், வரலாறு, தத்துவம், சட்டம் என பல துறைகளில் தான் கற்ற கல்வியை இந்த நாட்டுக்கும் சமூகத்துக்கும் சகலத் துறைகளிலும் பயனுற செய்திருக்கிறார். இன்று சர்வதேச அளவில் கொண்டாடப்படும் அம்பேத்கர் இந்திய இளைஞர்களின் எழுச்சிமிகு ஆதர்சமாகவும் மாறி இருக்கிறார்.

ரிசர்வ் வங்கியின் மூல கர்த்தா

இந்திய நாணயத்தின் மதிப்பு ஏற்ற இறக்கத்துடன் இருந்ததால் அதனை சீர்ப்படுத்துவதற்காக ஹில்டன் யங் தலைமையில் ராயல் கமிஷன் 1925ல் இந்தியா வந்தது. கொலம்பியா பல்கலைக்கழகத்தில் பொருளாதாரத்தில் டாக்டர் பட்டம் பெற்றிருந்த அம்பேத்கரின் கருத்துக்களுக்கு அந்தக்குழுவினர் மத்தியில் மதிப்பு இருந்தது. எனவே ராயல் கமிஷன் அம்பேத்கரின் ‘கிழக்கிந்திய கம்பெனியின் நிர்வாகம் மற்றும் நிதி’ மற்றும் ‘ரூபாயின் சிக்கல் - அதன் தொடக்கமும் அதன் தீர்வும்’ ஆகிய இரு ஆய்வு நூல்களையும் கவனத்தில் எடுத்துக்கொண்டது.

அந்தக்குழுவிற்கு அம்பேத்கர், ‘ரூபாய்க்கு நிலையான, நியாயமான உள்மதிப்பைக் கண்டறிதல், தேவையான கட்டுப்படுத்தப்பட்ட பண விநியோகம், கரன்சி வெளியிடும் சுயாதீன அதிகாரம்’ ஆகிய பரிந்துரைகளை தெரிவித்தார். அதன் அடிப்படையில் ராயல் கமிஷன் ‘இந்திய ரிசர்வ் வங்கி’ தொடங்க அரசுக்கு பரிந்துரைத்தது. 1933ல் ‘ரிசர்வ் பேங்க் ஆஃப் இந்தியா மசோதா’ தாக்கல் செய்யப்பட்டு, 1935ம் ஆண்டு ஏப்ரல் 1ம் தேதி ரிசர்வ் வங்கி தொடங்கப்பட்டது. அம்பேத்கர் வரையறுத்த சட்டதிட்டங்கள் மற்றும் நிர்வாக அமைப்பின் மையத்தை சார்ந்தே இந்திய ரிசர்வ் வங்கி இன்றும் இயங்கிக்கொண்டிருக்கிறது.

தேசியக்கொடியை வடிவமைத்தவர்

காந்தியின் ஆலோசனையின் பேரில் காங்கிரஸை சேர்ந்த பிங்காலி வெங்கய்யா தேசியக்கொடியை வடிவமைத்தார். முதலில் மூவண்ணக் கொடியின் நடுவில் ராட்டை இருந்தது. அம்பேத்கர் ராட்டைக்குப்பதிலாக அசோக சக்கரத்தை வைப்பதே சரியாக இருக்கும் அரசியல் நிர்ணய சபை கூட்டத்தில் வலியுறுத்தினார். 22.07.1947 அன்று அவரது கோரிக்கை ஏற்கப்பட்டு தேசியக்கொடியில் அசோக சக்கரம் இடம்பெற்றது.

இந்திய நீர்வளத்துறையின் தந்தை

1942-1946 காலக்கட்டத்தில் வைஸ்ராய் கவுன்சிலில் தொழிலாளர் நலன், நீர்ப்பாசனம், மின்சாரம் ஆகிய துறைகளுக்கு அம்பேத்கர் அமைச்சராக இருந்தார். அப்போது, ‘நீரைச் சேமிக்கவும் வெள்ளத்தைத் தடுக்கவும் மட்டுமே அணை கட்டுவது பயனற்றது. அணை என்பது நீர்ப்பாசனம், மின்சார உற்பத்தி மற்றும் நீர்வழிப் போக்குவரத்து உள்ளிட்டவற்றுக்கு உதவ வேண்டும்’ என உறுதியாக கூறினார். பீகாரில் (தற்போது ஜார்கண்டில்) உற்பத்தியாகி வங்காளத்தில் ஹூக்ளி ஆற்றில் கலக்கும் தாமோதர் நதி மழைக்காலங்களில் கடுமையான சேதங்களை ஏற்படுத்தியது. இதனைத் தடுக்க ஆங்கிலேயர்கள் எடுத்த அனைத்து முயற்சிகளும் தோல்வியில் முடிந்தன.

உலக அளவிலான பள்ளத்தாக்குத் திட்டங்களை ஆய்வு செய்த அம்பேத்கர், மிகக் குறுகிய காலத்தில் தாமோதர் பள்ளத்தாக்குத் திட்டத்துக்கான வரைவை உருவாக்கினார். அடுத்த 2ஆண்டுகளில் செலவு, மாகாணங்களுக்கு இடையேயான பிரச்சினை ஆகியவற்றைத் தீர்த்து 1948ல் தாமோதர் பள்ளத்தாக்கு ஆணையத்தை உருவாக்கினார். இதன்கீழ் 5 அணைகள், 5 அனல் மின் நிலையங்கள், 3 நீர் மின் நிலையங்கள் இருக்கின்றன. சுமார் 3 ஆயிரம் மெகா வாட் மின்சாரமும், 10 லட்சம் ஏக்கர் நிலமும் பாசனம் பெறுகிறது. இந்தியாவின் பன்முகப் பயன்களைக் கொண்ட முதல் நதி நீர்த் திட்டமான தாமோதர் பள்ளத்தாக்கு ஆணையம் அம்பேத்கரின் நீர் மேலாண்மை சிந்தனைக்கு உதாரணமாக திகழ்கிறது.

ஒடிஸா அரசு கேட்டுக்கொண்டதற்கிணங்க மகாநதியில் ஹிராகுட் திட்டத்தையும், மத்திய பிரதேசத்தில் சோன் பள்ளத்தாக்கு திட்டத்தையும் உருவாக்கினார். இந்திய நீர்வளத்துறைக்கு அம்பேத்கர் ஆற்றிய பணிகளின் காரணமாகவே அவரது 125-வது பிறந்தநாள் கொண்டாட்டத்தின்போது மத்திய நீர்வள மற்றும் நதிகள் மேம்பாட்டுத்துறை அமைச்சர் உமாபாரதி, அம்பேத்கரை 'நீர்வளத்துறையின் தந்தை' என அறிவித்தார். அம்பேத்கரின் பிறந்தநாளை நீர் தினமாக அனுசரிக்கவும் உத்தரவிட்டார்.

நதி நீர் பிரச்சினைக்கு 'நல்ல' தீர்வு

அம்பேத்கர் நீர்ப்பாசனத்துறையை நிர்வகித்த வைஸ்ராய் கவுன்சில் காலத்தில் மாகாணங்களுக்கு இடையிலான நதி நீர் பிரச்சினைகளுக்கு தீர்க்கமான தீர்வுகளை முன்வைத்தார். 'ஒரு மாகாணம் தன் ஆளுகைக்குட்பட்ட

இடத்தில் உருவாகும் நதியினை மற்ற மாகாணங்களுக்குப் பகிராமல் போகும் என்பதால், நதிகள் மத்திய அரசின் அதிகாரத்தினுள் இருக்க வேண்டும். அவ்வாறு இருந்தால் வெள்ளக்கட்டுப்பாடு, மண் பாதுகாப்பு, சுற்றுச்சூழல் பராமரிப்பு ஆகியவற்றுக்கு சரியாக தீர்வு காண முடியும்'என்றார்.

அதனை, 'ரயில் பாதைக்கு மாகாண எல்லைகள் இல்லாததைப் போல ஆற்றின் பாதைக்கும் மாகாண எல்லைகள் இருக்கக்கூடாது. ரயில் பாதை மத்திய அரசின் அதிகாரத்தில் இருப்பதைப் போல ஆறுகளும் மத்திய அரசின் அதிகாரத்தின்கீழ் இருக்க வேண்டும். ரயில் பாதை விவகாரத்தில் மாகாண அரசுகள் தலையிடாததால் பிரச்சினை இல்லாமல் போக்குவரத்து நடக்கிறது. ஆறுகள் விஷயத்திலே அதே அணுகுமுறை பின்பற்றினால் நதிநீர் பிரச்சினை ஏற்படாது' என விளக்கினார்.'

இந்திய அரசியல் சட்ட பிரிவு 262-ன் மூலம் நதி நீர்ப் பகிர்வு பிரச்சனைகளை மத்திய அரசே தீர்க்க வேண்டும். மாநிலங்களுக்கு இடையிலான நதி நீர் பிரச்சினையில் நீதிமன்றங்கள் தலையிடக்கூடாது என அம்பேத்கர் வாதிட்டார்.

இந்திய தொழிலாளர்களின் தந்தை

அம்பேத்கர் அளவுக்கு இந்தியாவில் தொழிலாளர்களின் நலனில் அக்கறை கொண்ட, அவர்கள் முன்னேற்றத்துக்காக பாடுபட்ட ஒரு தலைவரை காண முடியாது. 1936ல் தான் முதலில் தொடங்கிய அரசியல் இயக்கத்துக்கு 'சுதந்திரா தொழிலாளர் கட்சி' என்றே தொழிலாளர்களை முன்னிறுத்தி பெயர் சூட்டினார். தொழிலாளர்களை சாதி கடந்து ஓரணியில் திரட்ட விரும்பினார். தன் கட்சியின் சார்பில் பம்பாய் சட்டப்பேரவைக்கு தேர்வு செய்யப்பட்ட 15 உறுப்பினர்களும் தொழிலாளர்களின் உரிமைகளுக்காக குரல் கொடுக்க செய்தார்.

வைஸ்ராய் கவுன்சிலில் அம்பேத்கர் தொழிலாளர் துறை அமைச்சராக இருந்தபோது முதன்முதலாக தொழிலாளர் முத்தரப்பு மாநாட்டைக் கூட்டினார். இதன்மூலம் அவரவரே தங்கள் பிரச்சனைகளைப் பேசித் தீர்க்க வழி ஏற்படுத்தினார். 1945 நவம்பர் 27 மற்றும் 28 தேதிகளில் டெல்லியில் நடந்த இந்திய தொழிலாளர் மாநாட்டில் வேலை நேரத்தை குறைக்கும் மசோதாவைக் கொண்டுவந்தார். இதற்கு முதலாளிகள் எதிர்ப்பு தெரிவித்தபோது, '8 மணி நேர வேலையின் மூலம் லாபம் மூன்று மடங்கு ஆகும். அதிகமானவர்களை வேலைக்கு அமர்த்த முடியும். வேலை இல்லா திண்டாட்டம் குறையும். இரண்டாம் உலகப் போரின்போது ஓய்வின்றி நீண்ட நேரம் உழைத்து உருக்குலைந்துள்ள தொழிலாளர்களின் களைப்பு நீங்கவும், தொடர்ந்து 8 மணி நேரத்திற்கு மேலே தொழிலாளர்களால் வேலையை கவனமாகச் செய்ய முடியாது' என வாதாடினார்.

அம்பேத்கரின் இந்த முயற்சியாலே இந்தியாவில் 12 மணி நேர வேலை என்ற நிலை மாறி, 8 மணி நேர வேலை திட்டம் அமலுக்கு வந்தது. சிகாகோவில் இதே கோரிக்கைக்காக ஆயிரக்கணக்கானோர் ரத்தம் சிந்தி போராடி பெற்ற உரிமையை அம்பேத்கர் தனி ஆளாக நின்று, பெற்றுதந்தார்.

ஒட்டுமொத்தமாக தொழிலாளர் நலனுக்காக சம வேலைக்கு பாலின பேதமற்ற சம ஊதியம், வருங்கால வைப்புநிதி சட்டம், மகப்பேறு நலச் சட்டம், தொழிலாளர்கள் மறுவாழ்வுத் திட்டம், 8 மணி நேர வேலை, பெண் தொழிலாளர்கள் சேமநல நிதி, பெண் தொழிலாளர் மகப்பேறு அனுகூலம்,தேசிய வேலைவாய்ப்பு மையங்கள், ஊழியர் அரசாங்க காப்பீட்டு திட்டம், குறைந்தபட்ச ஊதிய திட்டம் உட்பட 28 சட்ட மசோதாக்களை வடிவமைத்து, அந்த உரிமைகளையும் அம்பேத்கர் பெற்றுதந்தார்.

அரசியலமைப்பின் சிற்பி

சட்டமேதையான அம்பேத்கரை அரசியலமைப்பு நிர்ணய சபையில் நுழைய விடாமல் தடுக்க முயற்சித்தனர். தடைகளை கடந்து உள்ளே நுழைந்த அவர் தன் நிபுணத்துவத்தால் அதன் வரைவுக்குழு தலைவரானார். சபையில் அவருக்கு தேவையான ஒத்துழைப்பு கிடைக்காதபோதும் 2 ஆண்டுகள் 11 மாதங்கள் 18 நாட்கள் கடுமையாக உலகிலேயே மிக நீளமான அரசியலமைப்பை உருவாக்கினார். மொத்தமாக 25 பகுதிகள், 12 அட்டவணைகள், 104 திருத்தங்கள், 448 உட்பிரிவுகள்,117,369 சொற்கள் இருந்தன. அதன் மீது 147 நாட்கள் விவாதம் நடந்தன. அப்போது சுமார் 36 லட்சம் வார்த்தைகள் அவையில் பதிவாகின. அதிகப்பட்சமாக அம்பேத்கர் மட்டும் 2,67,544 வார்த்தைகளை பேசியதன் மூலம் அவரது தன்னேரில்லா பங்களிப்பு தெரிகிறது. நவம்பர் 26, 1949ம் ஆண்டு குடியரசு தலைவர் ராஜேந்திர பிரசாத்திடம் ஒப்படைக்கப்பட்ட அரசியலமைப்பு சட்டம் 1950 ஆம் ஆண்டு ஜனவரி 26 அன்று அமலுக்கு வந்தது. நீதி, சுதந்திரம், சமத்துவம், சகோதரத்துவம் ஆகிய விழுமியங்களின் மேல் கட்டப்பட்ட அரசியலமைப்பு அமலுக்கு வந்த, கடைக்கோடி மனிதனுக்கும் சம மரியாதையை ஏற்படுத்தி தந்த அந்த நாளே இந்தியாவின் நிஜமான சுதந்திர நாளாகும்.

தொழிலாளர் நல காப்பீட்டு திட்டம்

1943ல் இந்தியத் தொழிலாளர்களின் முத்தரப்பு மாநாட்டில் பங்கேற்ற தொழிலாளர் துறை அமைச்சர் அம்பேத்கர் தொழிலாளர்களின் உடல்நல காப்பீடு திட்டத்தை தொடங்க நினைத்தார். அதற்காக பி.பி. அகர்கர் தலைமையில் குழு அமைத்து, அதன் பரிந்துரைகளின்படி தொழிலாளர்களின் உடல்நல காப்பீடு திட்டத்தைத் தயாரித்து சட்டமாக்கினார்.

மருத்துவச் செலவை திரும்ப பெறும் சட்டம்

1927ல் நடைபெற்ற சர்வதேச தொழிலாளர் மாநாட்டில் உடல் நலமின்மைக் காப்பீட்டுத் திட்டத்தினை (Sickness Insurance) ஏற்படுத்திட தீர்மானம் நிறைவேற்றப்பட்டது. இதுகுறித்த கேள்விகள் எழுந்தபோதும் உடனடியாக செயல்படுத்தப்படவில்லை. 1943ல் நடைபெற்ற மூன்றாவது நிரந்தரத் தொழிலாளர்கள் குழுக் கூட்டத்தில் உடல்நலக் குறைவு காப்பீட்டிற்கான தீர்மானத்தை அம்பேத்கர் கொண்டுவந்தார். அதன் வாயிலாக மருத்துவச் செலவிற்கான பணத்தைத் திரும்பத் பெறுவதற்கு ஒப்புதல் அளிக்கப்பட்டது.

அகவிலைப்படி அறிவித்தவர்

இரண்டாம் உலகப்போரின் போது இந்தியாவில் கடும் பஞ்சம் ஏற்பட்டு உணவுப் பொருட்களின் விலையும், அத்தியாவசியப் பொருட்களின் விலையும் உயர்ந்ததால் தொழிலாளர்கள் கடுமையாக பாதிக்கப்பட்டனர். இதுகுறித்து தொடர்ச்சியாக அரசாங்கத்தினரிடமும், முதலாளிகளிடமும் பேசி அகவிலைப்படியும் குறைந்த விலையில் பொருள்கள் கிடைக்கவும் வழிவகை செய்தார்.

மாநில தொழிலாளர் காப்பீட்டுச் சட்டம்

அம்பேத்கர் தொழிலாளர்கள் நலனுக்காக கொண்டுவந்த சட்டங்களில் முக்கியமானது மாநில தொழிலாளர் காப்பீட்டுச் சட்டம். 19.4.1948ல் கொண்டுவந்த இந்தச் சட்டத்தின் மூலமாகவே தொழிலாளர்களுக்கு மருத்துவ வசதி, மருத்துவ விடுமுறை, பிரசவக்கால உதவி, காயம், உடல் ஊனமுற்றால் அதற்கான ஈட்டுத்தொகை உள்ளிட்ட பல வசதிகள் கிடைத்தன. கிழக்காசிய நாடுகளிடையே முதன்முதலாக அம்பேத்கர் மூலமாக இந்தியாவிலே இந்தச் சட்டம் கொண்டுவரப்பட்டது.

சுரங்கத் தொழிலாளர் நலத் திட்டம்

நிலக்கரி, மைக்கா, தங்கம், அலுமினிய சுரங்கங்களில் கஷ்டப்படும் தொழிலாளர்களுக்கான நலநிதி அவசரச் சட்டத்தை 31.1.1944ல் இயற்ற அம்பேத்கர் முக்கிய காரணமாக இருந்தார். அப்போது, 'சுரங்க தொழிலாளர் சேம நலநிதியை முதலாளிகளே அளித்திட வேண்டும். தொழிலாளர்கள் வீட்டு வசதி, குடிநீர் விநியோகம், சாலை வசதி, கல்வி, கூட்டுறவு உள்ளிட்ட வசதிகளையும் வழங்க வேண்டும்'என வலியுறுத்தினார்.

வைப்பு நிதி சட்டம்

1943ம் ஆண்டு செப்டம்பர் 6, 7 ஆகிய தேதிகளில் நடைபெற்ற இந்திய தொழிலாளர் முத்தரப்பு மாநாட்டில் அம்பேத்கர் வைப்பு நிதிச் சட்டத்தைக் கொண்டுவர திட்டமிட்டார். குறைந்த கூலி காரணமாக கடனாளியாக

இருந்த தொழிலாளர்களின் ஓய்வுக் காலத்தை கருத்தில் கொண்டு இதை யோசித்தார். முதலில் மனமுவந்து ஏற்கும் வைப்பு நிதி தொடங்கப்பட்டது. அது நல்ல பயனைக் தராததால் 1948ம் ஆண்டு கட்டாய வைப்பு நிதி (Compulsory Provident Fund) மசோதா கொண்டுவரப்பட்டது. அம்பேத்கரின் தொடர் முயற்சியால் 1951 நவம்பரில் கட்டாய வைப்பு நிதி அவசரச் சட்டமாக இயற்றப்பட்டது.

இந்திய புள்ளி விவரச் சட்டம்

1942ல் அம்பேத்கர் இந்திய புள்ளி விவரச் சட்டத்தை முன்மொழிந்தார். இதன் வாயிலாகவே தொழிலாளர் நலன், தொழிலாளர் நிலைமை, கூலி விகிதம், இதர வருமானம், விலைவாசி, கடன், வீடு, வேலைவாய்ப்பு, வைப்புநிதி மற்றும் இதர நிதிகள், தொழில் தகராறு போன்றவை துல்லியமாக அறியமுடிகிறது. தொழிலாளர்கள் பிரச்சினைகளை விரைவில் அறிந்து, அவற்றைத் தீர்ப்பதற்கு இன்றளவும் உதவுகிறது.

தேசிய வேலைவாய்ப்பு அலுவலகம்

இரண்டாவது உலகப்போர் முடிந்ததும் ராணுவத்தில் பணியாற்றியவர்கள் வீட்டுக்கு அனுப்பப்பட்டனர். போர்க்கருவி தயாரித்த ஆயிரக்கணக்கானோர் வேலையின்றி தவித்தனர். வேலையில்லாத் திண்டாட்டம் அதிகரித்ததை கண்ட அம்பேத்கர் 1943ல் இந்தத் தொழிலாளர்களுக்கு அமெரிக்காவிலும், இங்கிலாந்திலும் அமைக்கப்பட்டதைப் போல தேசிய தொழில் அமர்த்தும் அலுவலகம் ஏற்படுத்த வேண்டும் என வலியுறுத்தினார். அதில் பதிவு செய்வோருக்கு தொழிற்சாலைகளிலும், அரசுப் பணிகளிலும் வாய்ப்பு வழங்க வேண்டும். முதலில் இதற்கு எதிர்ப்பு எழுந்த நிலையில், அம்பேத்கரின் இடைவிடா முயற்சியால் தேசிய வேலைவாய்ப்பு அலுவலகம் தொடங்கப்பட்டது.

மகளிர் மகப்பேறு கால சட்டம்

அம்பேத்கர் 19.3.1928ல் பம்பாய் மாகாண சபையில் உறுப்பினராக இருந்த போது மகளிர் மகப்பேறுகால சட்டத்தை (Maternity Benifit for Woman Labourers Bill) கொண்டு வந்தார். இதன் மூலம் பெண்ணுக்கு தான் பேறு காலத்தில், பிரசவத்திற்கு முன்னும் பின்னும் சில நாட்கள் ஓய்வெடுக்க வேண்டியது அவசியமாகிறது. அந்த நேரத்தில் அரசு மற்றும் தொழிற்சாலையில் பணிபுரிவோருக்கு விடுமுறையுடன் கூடிய ஊதியத்தை வழங்க வேண்டும் என பேசினார். இதை பம்பாய் அரசு முதலில் நிராகரித்த போதும், அம்பேத்கரின் தொடர் முயற்சியால் 1929ல் நடைமுறைபடுத்தப்பட்டது. இதைத்தொடர்ந்தே மெட்ராஸ் மாகாணத்தில் 1934ல் சட்டமாக்கப்பட்டது.

பெண்களுக்கான சட்ட பாதுகாப்பு

1943ல் சுரங்கங்களில் பணிபுரிந்த பெண் தொழிலாளர்களின் உரிமத்தை அரசு நீக்கியது. இதனால் ஆயிரக்கணக்கான பெண்கள் வேலையிழந்ததைக் கண்ட அம்பேத்கர் 1.2.1946 அன்று பெண் தொழிலாளர்களுக்கு மீண்டும் வேலை செய்வதற்காக உரிமத்தை வழங்கினார். அதே போல பெண்கள் பணியாற்றும் தொழிற்சாலைகளில் தலைக்குமேல் பொருத்தப்பட்ட குழாயுள்ள குளியல் அறை, மலக் கழிப்பிடம், சிறுநீர் கழிப்பிடம் கட்டாயம் அமைக்கப்பட வேண்டும். இதற்கு 10 சதம் அரசு மானியம் அளிக்கும் எனவும் சட்டம் இயற்றினார். மேலும் பெண்களுக்கும், சிறுவர்களுக்கும் அனைத்துப் பாதுகாப்பு, சுகாதாரம், ஓய்வு, கூடுதல் நேரம் செய்யும் வேலைக்கு (Over Time)ஒன்றரை மடங்கு சம்பளம், வேலை நேரத்தை குறைத்தல், விடுமுறை, இரவில் வேலை செய்யக்கூடாது போன்றவை தொடர்பாகவும் சட்டம் இயற்றவும் அம்பேத்கர் காரணமாக இருந்தார்.

பெண்களுக்காக அமைச்சர் பதவியை ராஜினாமா செய்தவர்

'பெண்களின் பிரச்சனையும் தீண்டத்தகாதவர்கள் பிரச்சனையும் ஒன்றுதான். இருவர் மீதும் தீட்டு என்கிற கருத்து திணிக்கப்பட்டிருக்கிறது. பெண் மீது ஆண் திணித்திருக்கிற எல்லாவற்றையும் மீறாத வரை பெண்களுக்கு விடுதலையே இல்லை' என எழுதிய அம்பேத்கர், பெண்களின் உரிமைக்காக தன் சட்ட அமைச்சர் பதவியை ராஜினாமா செய்தார்.

பெண்களுக்குச் சொத்துரிமை, விவாகரத்து,மறுமணம், ஜீவனாம்சம், பாலியல் உரிமை போன்ற அம்சங்கள் அடங்கிய இந்துச் சட்ட மசோதாவை நிறைவேற்ற பெரிதும் முயன்றார். இதற்கு நேரு தலைமையிலான அரசு ஒத்துழைப்பு அளிக்காததால், மனவேதனை அடைந்த அம்பேத்கர் அமைச்சரவையிலிருந்தே வெளியேறினார்.

பிற்படுத்தப்பட்டோருக்காக போராடியவர்

'பட்டியல் மற்றும் பழங்குடியின மக்கள் குறித்த விபரங்கள் அரசிடம் இருந்ததால் அவர்களுக்கு இட ஒதுக்கீடு வழங்கப்பட்டது. அம்பேத்கர் 'இதர பிற்படுத்தப்பட்ட பிரிவினர்' (ஓ.பி.சி) என்ற வகைப்பாட்டை உருவாக்கி, அவர்களுக்கும் இட ஒதுக்கீடு வழங்க காரணமாக இருந்தார். 1951-ல் சட்ட அமைச்சர் பதவியை ராஜினாமா செய்த அம்பேத்கர், 'இதர பிற்படுத்தப்பட்ட பிரிவினர் நலன்களை ஆராயும் ஆணையம் உருவாக்கப்படவில்லை?' என கேள்வி எழுப்பினார். அம்பேத்கர் அரசியலமைப்புச் சட்டப் பிரிவு 340ன்படி பிற்படுத்தப்பட்ட மக்களின் நிலையை கண்டறிய பிற்படுத்தப் பட்டோர் நல ஆணையம் அமைக்க தொடர்ந்து வலியுறுத்தினார். இதனாலே 1978-ல் மண்டல் கமிஷன் அமைக்கப்பட்டு, நீண்ட போராட்டத்துக்குப்பின் தேசிய பிற்படுத்தப்பட்டோர் ஆணையம் உருவாக்கப்பட்டது. அவ்வாறு

பிற்படுத்தப்பட்ட மக்களின் இட ஒதுக்கீட்டை பெற்றுத்தர காரணமாக இருந்தவர் அம்பேத்கர்.

சமூக நீதியின் தந்தை

இந்திய இட ஒதுக்கீட்டு கொள்கை வடிவத்தின் முகமே அம்பேத்கர் தான். அவர் 1943ல் வைஸ்ராய் கவுன்சிலில் பதவி வகித்த போதே பட்டியல் மற்றும் பழங்குடியினருக்கு 8.5% இட ஒதுக்கீட்டை பெற்றுதந்தார். தொடர் போராட்டத்தின் விளைவாக 1950ல் மத்திய அரசுப் பணிகளில் பட்டியல் சாதியினருக்கு 12% இட ஒதுக்கீட்டு உரிமையை பெற்றுத் தந்தார். அரசிலமைப்பு சட்டத்தின் மூலம் அந்த வகுப்பினருக்கு அரசியல் (தனித் தொகுதிகள்), கல்வி, வேலைவாய்ப்பில் இடஒதுக்கீடு பெற்றுதந்தார்.

அரசியலமைப்பின் 17வது பிரிவு தீண்டாமை ஒழிப்பு, 23வது பிரிவு கொத்தடிமை தடுப்பு, 235வது பிரிவு மத்திய மாநில அரசுகளில் பதவிகளுக்கு தேர்வு செய்வதில் ஒதுக்கீடு, 330வது பிரிவு பட்டியல் மற்றும் பழங்குடியினரின் மக்கள் தொகைக்கு ஏற்ப பிரதிநிதித்துவம், 332வது பிரிவு மாநில சட்டமன்றங்களில் இட ஒதுக்கீடு, 46வது பிரிவின் மூலம் பட்டியல் சாதி மக்களின் கல்வி மற்றும் பொருளாதார நலன்களை மேம்படுத்தவும், அவர்களை அனைத்து சமூக அநீதி இருந்தும் பாதுகாக்கவும் வழிவகை செய்தார்.

அனைவருக்கும் கல்வி தந்தவர்

நவீன இந்தியாவின் அரசியல் தலைவர்களில் அதிகம் படித்தவர் அம்பேத்கர். அவர் வெளிநாட்டு பல்கலைக்கழகங்களில் படித்துப்பெற்ற பட்டங்களின் பட்டியலை வாசித்தாலே வியப்பு ஏற்படுவதை தடுக்க முடியாது. அனைவருக்கும் கல்வி கட்டாயமாக கிடைக்க வேண்டும் என்பதில் உறுதியாக இருந்தார். கட்டாயக் கல்வி என்பதே நாட்டின் முக்கியக் கொள்கையாக இருக்க வேண்டும் என்பதால் அதனை அரசியலமைப்புச் சட்டத்தில் இடம்பெறச் செய்தார். உள்நாட்டிலும், வெளிநாட்டிலும் மாணவர்களுக்கு அரசு தாராளமாக உதவித்தொகை அளித்திட வேண்டும் என வலியுறுத்தினார்.

வாழ்நாள் முழுவதும் மாணவராகவும், ஆசிரியராகவும் இருந்ததோடு தான் கற்ற கல்வியை பிறருக்கும் போதிக்கும் வண்ணம் 2 கல்வி நிலையங்களை நடத்தினார். நூலகங்களில் பெரும்பாலான நேரத்தை செலவிட்ட பெரும் படிப்பாளியான அவர், கல்வியில் நூலகம் ஒரு முக்கிய அங்கமாக இருக்க வேண்டும் என அறிவுறுத்தினார். உலகின் சிறந்த கண்டுபிடிப்புகளை இந்தியா பயன்படுத்திக்கொள்ள வேண்டும் எனக் கூறிய அம்பேத்கர் மாணவர்கள் அறிவியலில் படிப்புகளில் அதிக கவனம் செலுத்தி புதிய கண்டுபிடிப்புகளை உலகிற்கு வழங்க வேண்டும் என கோரினார். தன் இறுதி

செய்தியாக, 'கற்பி'என்பதையே அழுத்தம் திருத்தமாக கூறினார்.

கொலம்பியா பல்கலைக்கழகத்தில் பாடம்

உலகின் புகழ்ப்பெற்ற பல்கலைக்கழகங்களில் ஒன்றான கொலம்பியா பல்கலைக் கழகத்தில் 1927ல் அம்பேத்கர் பொருளாதாரத்தில் முனைவர் பட்டம் பெற்றார். அவரது சமூக சீர்த்திருத்த மற்றும் மனித உரிமை மீட்பு பணிகளுக்காக 1952ல் கவுரவப் பட்டமும் பெற்றார். மாணவராக வலம் வந்த அதே கல்லூரியில் சில காலம் கவுரவ பேராசிரியராகவும் பணியாற்றினார். 1934-35 காலக்கட்டத்தில் அம்பேத்கர் தன் வாழ்வில் சந்தித்த சாதி கொடுமைகளை, 'விசாவுக்காக காத்திருக்கிறேன்' எனும் தலைப்பில் நூலாக எழுதினார். அம்பேத்கரின் சுயசரிதையான இந்நூல் கொலம்பியா பல்கலைக்கழகத்தில் பாடமாக கற்பிக்கப்படுகிறது.

அம்பேத்கரை கொண்டாடும் சர்வதேசம்

1990-களுக்கு பின் அம்பேத்கர் பன்முக சிந்தனைகளை வெளியுலகிற்கு தெரியவருவதால் அவர், இப்போது இந்திய எல்லைகளை கடந்து சர்வதேச தலைவராக உருமாற்றம் பெற்றுவருகிறார். 2016-ம் ஆண்டு ஐ.நா. வுக்கான இந்தியாவின் குழு, கல்பனா சரோஜ் அமைப்பு மற்றும் மனித குல விடிவுக்கான அமைப்பு ஆகியவற்றுடன் இணைந்து அம்பேத்கரின் 125வது பிறந்தநாளை ஐநா சபையில் கொண்டாடியது. அப்போது, 'நிலையான வளர்ச்சி இலக்குகளை அடைய ஏற்றத்தாழ்வுகளை எதிர்த்துப் போராடிய அம்பேத்கரின் பிறந்தநாளை முதன்முறையாக ஐநா சபையில் கொண்டாடுவது மகிழ்ச்சி அளிக்கிறது. அம்பேத்கரின் சித்தாந்தத்தை பின்பற்றி 2030ம் ஆண்டிற்குள் சமூக-பொருளாதார சமத்துவமின்மையை அகற்ற ஐநா இலக்காக கொண்டுள்ளது' என புகழாரம் சூட்டியது.

கைகளில் புத்தகத்தோடு நீலவானை நீட்டி நிற்கும் ஒவ்வொரு சிலையின் வாயிலாகவும், அம்பேத்கர் மானுட விடுதலைக்கு வழிகாட்டி கொண்டிருக்கிறார்!

வ.ரகுபதி
பேராசிரியர்

அம்பேத்கர், ஜே.சி.குமரப்பா: ஒடுக்கப்பட்டோருக்கான பொருளாதாரச் சிந்தனையாளர்கள்

தமிழ்நாடு அரசு ஏற்பாடு செய்திருந்த 2022-ம் ஆண்டு குடியரசு தின விழா அணிவகுப்பின் அலங்கார ஊர்தியில் காந்தியப் பொருளியலர் ஜே.சி. குமரப்பாவின் சிலை இடம்பெற்றது மிகவும் பொருத்தமாகும். தமிழ்நாடு அதிகம் அறிந்திராத, ஆனால் உலகம் முழுவதும் பரவலாக அறியப்பட்ட தமிழ் ஆளுமைகளில் ஜே.சி.குமரப்பாவும் ஒருவர். வாழ்வின் பெரும் பகுதியை வெளிநாடுகளிலும் வடமாநிலங்களிலும் அவர் செலவிட்டதால் தமிழ்நாடு அவரை அவ்வளவாக அறிந்திருக்கவில்லை. அவருடைய 'நிலைத்த பொருளாதாரம்' எனும் நூல் பசுமை சார்ந்த பொருளாதாரப் பார்வையை, சுமார் 90 ஆண்டுகளுக்கு முன்பே உலகுக்குத் தந்தது. அறம் சார்ந்த தற்சார்பான பசுமைப் பொருளாதாரமே உலகுக்கு நிலைத்த வளர்ச்சியைத் தரும் என்ற மாற்றுச் சிந்தனையை குமரப்பா விதைத்தார்.

'புத்தர் அல்லது கார்ல் மார்க்ஸ்' என்ற சிறுநூலை 1956-ல் அம்பேத்கர் வெளியிட்டபோது, உலகம் ஆச்சரியமாகப் பார்த்தது. புரட்சியாளராகவும் போராட்டக்காரராகவும் அறியப்படும் அம்பேத்கர் அதே வேளையில் வன்முறையும் பேராசையும் இல்லாத புதிய பொருளாதாரத்துக்கான பார்வையையும் தந்தார். சமத்துவம், சமூகநீதி, மனித உரிமைகள், சுதந்திரம் ஆகியவற்றின் அடிப்படையிலேயே பொருளாதாரம் கட்டமைக்கப்பட

வேண்டும் என அம்பேத்கர் கூறினார். பாட்டாளிகளின் சர்வாதிகாரம் எனும் கம்யூனிஸ்ட்டுகளின் கோட்பாட்டை அம்பேத்கரும் குமரப்பாவும் நிராகரித்தனர். குமரப்பா, காந்தியின் பார்வையில் பொருளாதாரத்தைப் பார்த்தார். பௌத்த நெறிகளின் அடிப்படையிலான புதிய பொருளாதாரச் சிந்தனையை அம்பேத்கர் முன்னெடுத்தார்.

1956, நவம்பர் 20 அன்று, அம்பேத்கர் இறப்பதற்கு 16 நாட்களுக்கு முன்னர் நேபாளத்தின் காத்மண்டு நகரில் 'அகிம்சையும் பௌத்தமும்' என்ற தலைப்பில் ஆற்றிய உரையை அவரது மிக முக்கியமான பொருளாதாரக் கொள்கை விளக்கங்களுள் ஒன்றாகக் கருதலாம். கம்யூனிஸம் அல்ல, பௌத்தமே ஒடுக்கப்பட்டோரின் அரசியல், பொருளாதார, கலாச்சார மீட்சிக்கான வழி என்று உறுதியாக எடுத்துரைத்தார்.

குமரப்பாவின் பொருளாதாரக் கருத்துகள், அவருக்குப் பின் 'பௌத்த பொருளாதாரம்' என்ற புதிய பார்வைக்கு வழிவகுத்தது. பௌத்தப் பொருளாதாரம் குறித்த ஆழ்ந்த விவாதங்களும் கோட்பாடுகளும் எழுந்தன. புவிவெப்பமாதல், சுற்றுச்சூழல் பாதுகாப்பு, மனித உரிமைகள் சார்ந்த பொருளாதார வளர்ச்சி, நுகர்வு ஒழுக்கம், பரவலாக்கப்பட்ட பொருளாதாரம், பொருத்தமான தொழில்நுட்பம், மரபுசாரா எரிசக்தி, குன்றாவளம், தற்சார்பு எனப் பல திசைகளில் புதிய பொருளாதாரச் சிந்தனைகள் பயணிக்கின்றன.

அம்பேத்கரும் குமரப்பாவும் அமெரிக்காவின் கொலம்பியா பல்கலைக்கழகப் பேராசிரியரும் உலகப் புகழ்பெற்ற பொருளாதார மேதையுமான செலிக்மென்னின் மனம்கவர்ந்த மாணவர்கள் என்பது சுவைமிக்க செய்தி. அமெரிக்கப் பொருளாதார வரலாற்றில் செலிக்மென் முக்கியமான இடத்தைப் பெற்றிருக்கிறார். அமெரிக்க அரசமைப்பின் 16-வது சட்டத்திருத்தம் நிறைவேறவும், அதற்குப் பின் அதுசார்ந்த கொள்கைகள் உருவாகவும் செலிக்மெனின் பொருளாதாரச் சிந்தனைகள் காரணமாக இருந்தன. 'வருமானத்துக்கேற்ற வரி' என்பதே செலிக்மேனின் கோட்பாடு. ஏழைகளின் மேம்பாட்டை உறுதிசெய்யும் வகையில் நிதிஆதாரங்களைச் செல்வந்தர்களிடமிருந்து திரட்டுவது, சமத்துவக் கோட்பாட்டுக்கு எதிரானதல்ல என்ற புதிய பொருளாதாரக் கருத்து உருவாகிட செலிக்மென் உதவினார்.

காலனிய அரசுகள் அதற்கு மாறாக, அநீதியான பொருளாதாரக் கொள்கைகளின் வாயிலாக, ஏழைகளின் உழைப்பின் பயன்களைக் காலனிய அரசுக்கும் செல்வந்தர்களுக்கும் மடைமாற்றம் செய்வதை செலிக்மென் உணர்ந்தார். 1927-ல் கொலம்பியா பல்கலைக்கழத்தில் செலிக்மெனிடம் முதுகலைப் பட்ட மாணவராக குமரப்பா சேர்ந்தார். குமரப்பா நியூயார்க் நகரத்தின் தேவாலயம் ஒன்றில் 'இந்தியாவில் வறுமைக்கான காரணங்கள்' என்ற தலைப்பில் உரை நிகழ்த்தினார்.

'தி நியூயார்க் டைம்ஸ்' நாளிதழ் அதனைச் செய்தியாக வெளியிட்டது.

அதனைப் படித்த செலிக்மென் 'காலனிய ஆட்சியும் இந்தியாவின் வறுமையும்' என்ற தலைப்பில் ஆய்வை மேற்கொள்ளுமாறு குமரப்பாவுக்கு ஆலோசனை கூறினார். குமரப்பாவின் ஆய்வு காலனிய ஆட்சியின் பொருளாதாரக் கொள்கைகள் இந்தியாவில் வறுமை, பஞ்சம், பசி, பட்டினி ஆகியவற்றை அதிகப்படுத்த வழிவகுத்தன என்று ஆதாரபூர்வமாக நிரூபித்தது. கணக்குத் தணிக்கையாளராகவும், பொருளாதார ஆய்வாளராகவும் இருந்த குமரப்பா, இந்திய விடுதலைப் போரில் இணைவதற்கு அவரது ஆய்வு வழிவகுத்தது. மையப்படுத்தப்பட்ட பொருளாதாரம் சுரண்டலையும் வன்முறையையும் வறுமையையும் தூண்டுவதாக அமைகிறது என்று அவர் கண்டறிந்தார்.

செலிக்மெனின் வழிகாட்டுதலில் 1925-ல் 'ஆங்கிலேயர் ஆட்சியில் மாகாண நிதிகளின் வளர்ச்சி' என்ற தலைப்பில் அம்பேத்கர் ஆய்வுசெய்து முனைவர் பட்டம் பெற்றார். அவரது ஆய்வு, புத்தகமாக வெளியிடப்பட்டபோது அவரது பேராசிரியர் செலிக்மெனின் முன்னுரை அதில் இடம்பெற்றது. செலிக்மென் மறையும் வரை அம்பேத்கர், குமரப்பா ஆகியவர்களுடன் தொடர்பில் இருந்தார். ஆசிய நாடுகளில் இருந்த செலிக்மெனின் சக பொருளியலர்களும், ஆய்வு மாணவர்களும், நண்பர்களும் செலிக்மெனின் பொருளாதாரக் கருத்துகளைக் காலனியாதிக்கத்தால் பாதிக்கப்பட்ட

நாடுகளுக்கு எடுத்துச் சென்றனர். புதிதாக விடுதலை பெற்ற நாடுகள் மக்கள் சார்ந்த பொருளாதாரக் கொள்கைகளை அறிமுகப்படுத்துவதற்கு செலிக்மெனின் கருத்துகள் பெரிதும் உதவின.

அம்பேத்கரும் குமரப்பாவும் ஒடுக்கப்பட்ட மக்களுக்கான பொருளியலை நம்முன் வைத்தனர். வன்முறை இல்லாத ஜனநாயக வழிகளின் மூலமாகவே பொருளாதாரச் சமத்துவத்தை அடைந்திட வேண்டும் என்பதில் இருவரும் உறுதியாக நின்றனர். சமூக நீதியும், பொருளாதார நீதியும், அரசியல் நீதியும் ஒருசேரக் கிட்டினால் மட்டுமே ஒடுக்கப்பட்டவர்களுக்கான விடுதலை சாத்தியம் என்பதை இருவரும் உணர்ந்திருந்தனர்.

பௌத்த சங்கங்களின் பரவலாக்கப்பட்ட ஜனநாயகச் செயல்முறை அம்பேத்கரின் மனதைக் கவர்ந்தது. கிராமத் தன்னாட்சி அமைப்புகளே ஜனநாயகத்தின் அடிமட்ட வேர்கள் என்பது குமரப்பாவின் பார்வை. அம்பேத்கர்-குமரப்பா ஆகிய இருவரும் அறம், எளிமை, நீதி, சமத்துவம் ஆகியவற்றை அடிப்படையாகக் கொண்ட புதிய பொருளாதார அமைப்பினை முன்னிறுத்தினார்கள். ஒடுக்கப்பட்டவர்களின் மீட்சிக்கான சிந்தனைத் தளத்தில் இருவரும் பயணித்தனர் என்பதை இருவருக்குள்ளும் இருந்த ஒற்றுமை வெளிப்படுத்துகிறது.

கா.அ.மணிக்குமார்

எழுத்தாளர்

அம்பேத்கரும் கம்யூனிஸமும்

இந்திய லெனினாக நேருவை 1930-களில் பலர் பார்த்தனர். ஆனால், தாழ்த்தப்பட்டவர்களின் லெனினாக அன்று தோன்றியவர் டாக்டர் பி.ஆர். அம்பேத்கர். காந்திக்குப் பொருளாதார சமத்துவத்துக்கான எண்ணமோ ஆர்வமோ இல்லை எனக் குற்றம்சாட்டிய அம்பேத்கர், சுரண்டல்வாதிகளின் கட்டுப்பாட்டில் காங்கிரஸ் இருப்பதால், அது சுரண்டலுக்கு முற்றுப்புள்ளி வைக்கவோ, ஆங்கிலேய ஏகாதிபத்தியத்தை எதிர்த்துத் தீவிரமாகப் போராடவோ முடியாது எனத் திட்டவட்டமாக நம்பினார்.

மேலும், "பட்டியல்சாதியினரின் உரிமைகளை உள்ளடக்கியதாக இந்திய தேசியம் இல்லை. எனவே, பட்டியல்சாதியனரின் உரிமைகளை தேசியத்துக்காகத் தியாகம் செய்ய முடியாது" எனவும் ஆணித்தரமாக எடுத்துவைத்தவர் அம்பேத்கர்.

"மற்றவர்களுக்கெல்லாம் எதிரி ஏகாதிபத்தியம். ஆனால், பட்டியல்சாதியினரி தங்களைச் சுற்றிப் பல்வேறு எதிரிகளால் சூழப்பட்டுள்ளதால், எல்லோரையும் ஒரே நேரத்தில் எதிர்க்க முடியாது; எனவே, 2,000 ஆண்டுகளாக உயர் சாதி இந்துக்களால் இழைக்கப்படும் கொடுமைகளுக்கும் அடக்குமுறைகளுக்கும் எதிராகப் போரிடுவது என முடிவெடுத்தேன்" என்றார் அவர்.

சமயத்தில் மட்டும் சமத்துவம் வந்தால் போதாது; சமூகப் பொருளாதாரத் தளங்களிலும் சமத்துவம் ஏற்பட வேண்டும் என வாதாடியவர் அம்பேத்கர். விவசாயி - தொழிலாளர் ஒற்றுமையை உருவாக்குவதில் தடையாக இருந்ததாக அவர் கருதிய சாதி முறையை எதிர்த்து, வாழ்நாள் முழுவதும் போராடினார் அவர்.

புத்தர் என்ற வழிகாட்டி

எத்தனையோ ஏமாற்றங்களை எதிர்நோக்கிய போதிலும், எப்படியாவது உயர்சாதி – இந்துக்கள் – பட்டியல்சாதியினரிடையே இணக்கத்தை ஏற்படுத்தி விட இறுதிவரை முயன்றார். நாசிக்கில் காலாராம் (கருப்பு இராமர்) கோயிலுக்குள் தனது தலைமையில் பட்டியல்சாதியினரை நடத்திச் சென்று போராடியது, கேரளாவில் குருவாயூர் கோயிலுக்குள் நுழைய உரிமை கோரி நடந்த போராட்டத்தில் பட்டியல்சாதியினரை பெருமளவில் பங்கேற்க ஊக்குவித்தது இதற்கான சான்றுகளே.

முயற்சிகள் அனைத்தும் தோல்வியடைந்த பிறகே புத்த மதத்தைத் தழுவ முடிவுசெய்தார். “பிறப்பால் மக்களை உயர்ந்தவர், தாழ்ந்தவர் என பிராமணீயம் பிரித்தது; மாறாக, பல்வேறு பிரிவினரையும் உள்ளடக்கியதோர் சமுதாயத்தைக் கட்டுவதற்காக வாழ்நாள் முழுவதும் அயராது பாடுபட்டவர் புத்தர். எனவே, புத்தரை எனது வாழ்நாள் வழிகாட்டியாகத் தேர்ந்தெடுத்தேன்” என எழுதுகிறார் அம்பேத்கர்.

அரசியல் அதிகாரத்தை நோக்கி...

காங்கிரஸோடும் காந்தியோடும் கருத்து வேறுபாடு கொண்டிருந்தாலும், ஏகாதிபத்திய அரசை எதிர்க்கத் தயங்கவில்லை. சட்டத்துக்கு முன் அனைவரும் சமம் என்ற கோட்பாட்டைத் தவிர, ஆங்கிலேயரது ஆட்சி இந்தியாவில் சிறப்பாக எதையும் மக்களுக்கு வழங்கவில்லை என்பதைத் துணிவுடன் அரசுக்கு எடுத்துரைத்திருக்கிறார்.

“ஆங்கிலேயர் வருவதற்கு முன்னர் எப்படி இருந்தார்களோ அப்படியேதான் ஒடுக்கப்பட்டவர்கள் இருக்கின்றனர்... அவர்களும் குடிமக்கள்தான்; ஆனால், குடிமக்களுக்குரிய உரிமைகள் அவர்களுக்கு வழங்கப்படவில்லை. அவர்கள் கட்டிய வரியிலிருந்து பள்ளிகள் நடத்தப்பட்டன. ஆனால், அவர்களுடைய குழந்தைகளை அந்தப் பள்ளியில் அனுமதிக்க முடியவில்லை. அவர்கள் கட்டிய வரிப் பணத்திலிருந்து கிணறுகள் வெட்டப்பட்டன. ஆனால், அவர்கள் அந்தக் கிணற்றிலிருந்து குடிதண்ணீர் எடுக்க முடியாது.”

தாங்கள் வாழும் சூழலிலிருந்து விடுபட அன்றைக்குக் கல்வித் தகுதி அதிகம் தேவைப்படாத காவல் துறை, ராணுவம், ஆகியவற்றில் ஒடுக்கப்பட்ட மக்களுக்கு அதிக வேலைவாய்ப்பு வழங்குமாறு அம்பேத்கர் வேண்டினார்.

பஞ்சாலைகளில் நூற்கும் பிரிவில் அவர்களுக்குப் பணி வழங்கிட வலியுறுத்தினார். விவசாயத்தில் ஈடுபட்டிருந்த ஒடுக்கப்பட்ட மக்களுக்கு சோவியத் யூனியனில் நடைமுறைப்படுத்தப்பட்டிருந்த கூட்டுப்பண்ணை முறையை அமைத்திடக் கோரினார்.

ஆனால், காலனி ஆதிக்க அரசு எத்தகையதோர் நடவடிக்கையையும் இவ்விஷயங்களில் எடுக்கவில்லை. எனவேதான், ஒடுக்கப்பட்ட மக்களே தங்களது முன்னேற்றத்துக்கு முன்முயற்சி எடுத்திட அம்பேத்கர் விரும்பினார். அவர்கள் அரசியல் அதிகாரம் பெற்றிட அம்பேத்கர் தூண்டினார்.

பட்டியல்சாதியினருக்கு சட்டமன்றத்தில் இடஒதுக்கீட்டுக்கான தேவைகுறித்து தனது பத்திரிகையில் (முதலில் மூக் நாயக் – பின்னர் பகிஷ்கிரிட் பாரத்) எழுதிவந்தார். 1927-ல் சைமன் கமிஷன் வந்தபோது இடஒதுக்கீடு பற்றிய தனது கருத்தைத் தெரிவித்தார்.

வயது வந்தோர் அனைவருக்கும் வாக்குரிமை என்றால், பொதுத் தொகுதி முறையில் இடஒதுக்கீட்டை ஒப்புக் கொள்வதாகவும், ஏதேனும் தகுதி வரம்புக்கு உட்பட்டு வாக்குரிமை வழங்கப்பட்டால், பட்டியல்சாதியினருக்கு தனித் தொகுதி அவசியம் எனவும் வாதாடினார். இதன் அடிப்படையிலேயே

முதலில் அவர் தனித் தொகுதியில் பிடிவாதமாக இருந்தும், பின்னர், வயது வந்தோர் அனைவருக்கும் வாக்குரிமைக் கொள்கையின் கீழ் பொதுத் தொகுதி இடஒதுக்கீட்டை அவர் எழுதிய அரசியலமைப்புச் சட்டத்தில் ஏகமனதாக ஏற்றுக்கொண்டு அறிமுகப்படுத்தியது.

தொழிலாளர்களுக்கான போராட்டங்கள்

1936-ல் அம்பேத்கரால் தோற்றுவிக்கப்பட்ட சுதந்திர தொழிலாளர் கட்சி, மத்திய சட்டமன்றத்துக்கு பம்பாய் ராஜதானியிலிருந்து தேர்ந்தெடுத்து அனுப்ப நடைபெற்ற தேர்தலில் 17 வேட்பாளர்களை நிறுத்தி 14 இடங்களில் வெற்றிபெற்றது. பம்பாய் சட்டமன்றத்தில் பின்னர் விவசாயிகளையும் விவசாயத் தொழிலாளர்களையும் சுரண்டிவந்த இடைத்தரகர் முறையிலிருந்து (கோத்தி) மீட்க (செப்டம்பர்- 1937) மசோதா ஒன்றை அறிமுகப்படுத்தினார் அம்பேத்கர்.

மேலும், பாதிக்கப்பட்ட விவசாயிகளைத் திரட்டி அவர்களை கொங்கன் பகுதியிலிருந்து பம்பாய் சட்டமன்ற அரங்கம் நோக்கி ஊர்வலம் செல்லவும் செய்தார். அந்த ஊர்வலத்தின் இறுதியில் பேரணியில் பேசிய அம்பேத்கர், உழைப்பாளர்களின் ஒன்றுபட்ட போராட்டத்தின் அவசியத்தை வலியுறுத்திய எல்லா இயக்கங்களின் அழிவுக்கும் காரணம் மத்திய வர்க்கமே என்ற தனது கருத்தையும் பதித்திருக்கிறார்.

விவசாயிகளின் எழுச்சிக்கு மட்டுமின்றி, தொழிலாளர் போராட்டங்களிலும் தலைமை ஏற்றவர் அம்பேத்கர். 1938 செப்டம்பரில் பம்பாய் சட்டமன்றத்தில் தொழிற்சாலை சச்சரவுகள் மசோதாவை காங்கிரஸ் அமைச்சரவை கொண்டுவந்தபோது, அது தொழிலாளர் வேலை நிறுத்தம் செய்யும் உரிமையைப் பறிக்கும் என்று கருதிய அம்பேத்கர் காங்கிரஸ், சோஷலிஸ்ட் கட்சியினருடன் சேர்ந்து மசோதாவை எதிர்த்தார்.

பின்னர், ஜவுளி ஆலைத் தொழிலாளர்கள் கூடியிருந்த பொதுக் கூட்டத்தில் அன்றைய அகில இந்திய தொழிற்சங்கச் சம்மேளனத்தின் தலைவர் எஸ்.ஏ. டாங்கே-வுடன் ஒரே மேடையில் அம்பேத்கர் பேருரை ஆற்றியுள்ளார்.

புத்தரும் மார்க்ஸூம்

1930-களில் அம்பேத்கரிடம் காணப்பட்ட இடதுசாரிக் குணாதிசயங்கள் மீண்டும் இறுதிக் காலத்தில் தென்படத் தொடங்கின. 1956-ல் நேபாளத்தில் நடைபெற்ற உலக புத்த பிக்குகள் மாநாட்டில் மார்க்ஸுக்கும் புத்தருக்கும் இடையேயான ஒற்றுமை பற்றி அம்பேத்கர் ஆற்றிய உரை மிகவும் முக்கியத்துவம் வாய்ந்ததாகக் கருதப்படுகிறது.

உலகை மாற்றியமைப்பது, வர்க்கங்களுக்கிடையேயான மோதல்கள், தனியுடைமைக் கோட்பாடு சுரண்டலுக்கு வழிவகுத்தல், நல்லதோர்

சமுதாயத்தில் சொத்துகள் பொதுவுடைமையாக்கப்பட வேண்டும் போன்ற நான்கு விஷயங்களில் புத்தர், மார்க்ஸுடன் ஒத்துப்போவதாக அம்பேத்கர் கருதினார். எட்டு அத்தியாவசியப் பொருட்களைத் தவிர, உடுத்த மூன்று ஆடைகள், நான்காவதாக இடுப்புக் கச்சை, ஐந்தாவதாக பிச்சை எடுக்கும் பாத்திரம், ஆறாவதாக சவரக்கத்தி, ஏழாவதாக ஊசி, எட்டாவதாக நீர்க்குவளை – வேறு எவற்றையும் சொந்த உடமையாக வைத்துக்கொள்ள புத்த பிக்குகள் அனுமதிக்கப்படவில்லை என்பதை அம்பேத்கர் குறிப்பிடுகிறார்.

மார்க்ஸின் சமத்துவக் கோட்பாட்டின்மீது தனக்கு முழுமையான உடன்பாடு என்றாலும், புத்தரின் இதர கோட்பாடுகளான சுதந்திரம், சகோதரத்துவம் பற்றி கம்யூனிஸ்ட்டுகள் கவலை கொள்ளாதிருப்பதுபற்றி தனக்குக் கருத்து வேறுபாடு உண்டு என்றார்.

சோவியத் யூனியன் பலவந்தமாக சோஷலிச சமுதாயத்தை வெகு காலத்துக்கு நீடிக்கச் செய்ய முடியாது எனவும், புத்த நெறிமுறைகளைப் பின்பற்றிச் சகோதரத்துவத்தைப் பலப்படுத்துவதன் மூலம் மகிழ்ச்சியான ஒரு சமுதாயத்தை நிரந்தரமாக அமைத்திட முடியும் என்றும் அம்பேத்கர் நம்பினார்.

சகோதரத்துக்கான மறுபெயர்தான் ஜனநாயகம். ஜனநாயகம் ஓர் அரசு வடிவம் மட்டுமல்ல. அனைவரும் சேர்ந்து வாழ்வது, சக மனிதர்களை மதித்து மரியாதையுடன் நடத்துவது இங்கு மிக அவசியமாகும். எனவே, சுதந்திரமும் சகோதரத்துவமும் இல்லாத சமத்துவத்தால் எத்தகைய பயனும் கிடைக்காது.

பொருளீட்டும் அடிப்படையில் மட்டுமின்றி, ஆன்மிகரீதியிலும் மனிதன் வளர வேண்டும். அதற்குச் சமயம் தேவை. ஆனால், உண்மையான மதம் மனிதனின் மனதில் வாழுமே தவிர, சாஸ்திரங்களில் அல்ல என்றும் எடுத்துரைத்தார். அவர் விரும்பிய ஜனநாயக சமுதாயத்தை மலரச் செய்திட அவர் தந்த ‘கற்பி, ஒன்றுசேர், கிளர்ச்சிசெய்’என்ற தாரக மந்திரத்தை ஏற்று நடக்க அனைவரும் உறுதி ஏற்பது அவசியம்.

●

செல்வ புவியரசன்
பத்திரிகையாளர்

திராவிடமும் தமிழும்: அம்பேத்கரின் ஆராய்ச்சி

இந்திய சமூகத்தைக் குறித்த அம்பேத்கரின் ஆய்வுகளில் 'தீண்டப்படாதார் என்பவர்கள் யார்? அவர்கள் எவ்வாறு தீண்டப்படாதார் ஆயினர்?' என்ற நூல் தீண்டாமைக் கொடுமையின் மூல வேர்களைத் தேடும் முன்னோடி முயற்சி. இந்தியாவில் தீண்டாமை எவ்வாறு உருவாகியது என்பதற்கு உறுதியான வரலாற்றுச் சான்றுகள் எதுவும் இல்லாத நிலையில், அதற்கான காரணங்கள் என்னவாக இருக்கக்கூடும் என்ற கேள்விக்கு, விடை காணும் ஆய்வு அது. வரலாற்றுச் சான்றாதாரங்களின் இடைவெளிகளைத் தனது அறிவுபூர்வமான அனுமானங்களால் சரிசெய்து அவர் கண்டடைந்த முடிவு, தூய்மைவாதத்துக்கும் தீண்டாமைக்கும் தொடர்பு இல்லை என்பது.

இந்துக்களுக்கு இடையிலும் இந்து அல்லாதவர்களுக்கு இடையிலும் நிலவும் தீண்டாமையின் ஒப்பீட்டு ஆய்வு, தீண்டாதாரின் வாழ்விடம் குறித்த ஆய்வுகள், தீண்டாமையின் தோற்றம் குறித்த கோட்பாடுகள் என்று விரியும் இந்நூலில் சமூக ஒதுக்கத்தின் பின்னால் இருக்கும் அதிகாரங்களை, அது இன்னும் தொடர்வதில் உள்ள சுயநலங்களை அவர் கடுமையாகச் சாடியிருப்பார். (அம்பேத்கர் பேச்சும் தொகுப்பும், ஆங்கிலத்தில் 7-வது தொகுதி, தமிழில் 14-வது தொகுதி).

சீர்மரபினர்கள் சூத்திரரா?

சூத்திரர்கள் யார், அவர்கள் எப்படி நான்காவது வருணத்தினராக ஆனார்கள் என்பது குறித்த அம்பேத்கர் ஆய்வின் தொடர்ச்சி இது. பட்டியல் சாதிகளை மட்டுமல்ல, பிற்பட்ட சாதிகளையும் அதற்கான காரணங்களையும்கூட அவர் ஆய்வுக்கு எடுத்துக்கொண்டார் என்பது குறிப்பிடத்தக்கது. 'தீண்டப்படாதார்

என்பவர்கள் யார்?' நூலுக்கான முன்னுரையில், சூத்திரர்கள் தவிர குற்றப் பரம்பரையினர், பழங்குடியினர், தீண்டப்படாதார் ஆகிய மூன்று சமூகப் பிரிவினரைப் பற்றி உரிய அக்கறை காட்டப்படவில்லை என்று அம்பேத்கர் கருதுகிறார்.

பிற்பட்ட, மிகவும் பிற்பட்ட வகுப்பினராக இன்று வகைப்படுத்தப்பட்டிருக்கும் குற்றப் பரம்பரையினர் தம்மைச் சூத்திரர்கள் என்றே அடையாளம் காண்கின்றனர். இந்நிலையில், சூத்திரர்களையும் குற்றப் பரம்பரையினரையும் வெவ்வேறாகக் காணும் அம்பேத்கரின் பார்வை விரிவாக விவாதத்தில் கொள்ளப்பட வேண்டிய ஒன்று. தீண்டப்படாதாரோடும் பழங்குடியினரோடும் சேர்த்துப் பார்க்கப்பட்ட சீர்மரபினர்கள் இன்று ஒற்றை அடையாளத்தின் கீழ் நிற்கும்போது, தங்களுக்கு இழைக்கப்பட்ட வரலாற்று அநீதிகளுக்கு எப்படி நியாயம் கேட்க முடியும் என்ற கேள்வியும் எழுகிறது.

கற்றறிவாளரும் ஆய்வறிவாளரும்

தீண்டாமையின் தோற்றத்தை ஆய்வுசெய்யும் அம்பேத்கரின் நூல், அது குறித்து இன்னும் ஏன் விரிவான ஆய்வுகள் மேற்கொள்ளப்படவில்லை என்ற கேள்வியையும் எழுப்புகிறது. தீண்டாமை குறித்து இங்கு குற்றவுணர்வே எழாததே அதற்குக் காரணம் என்கிறார் அவர். அதன் தொடர்ச்சியாக, கற்றறிந்தவர்(learned) என்பதற்கும் ஆய்வறிவாளர் (intellectual) என்பதற்கும் இடையிலான வேறுபாட்டையும் அவர் விளக்குகிறார்: "கற்றறிந்தவருக்கும் ஆய்வறிவாளருக்கும் மலைக்கும் மடுவுக்கும் உள்ள வேறுபாடு இருக்கிறது. முந்தியவர் வர்க்க உணர்வு கொண்டவர், தமது வர்க்க நலன்களில் கண்ணும் கருத்தும் கொண்டவர்; பிந்தியவரோ கட்டறுந்தவர்; வர்க்க நோக்கங்களுக்கு அடிமையாகாமல், ஊசலாடாமல் சுதந்திரமாகச் செயல்படக் கூடியவர்".

தீண்டாமையின் தோற்றத்தை நோக்கியே அம்பேத்கரின் ஆய்வு பயணிக்கிறது. எனினும் இந்தியச் சமூகத்தைப் பற்றிய வெவ்வேறு விவாதங்களையும் அது உள்ளடக்கிக்கொண்டுள்ளது. திராவிடம் தமிழுக்கு எதிரானது என்ற எதிர்க் கதையாடல்கள் தீவிரமாக முன்வைக்கப்படும் இக்காலத்தில், இரண்டும் வேறுவேறல்ல என்ற அம்பேத்கரின் பார்வை முக்கியத்துவம் பெறுகிறது. 'தீண்டாமையின் தோற்றுவாயாக இன வேறுபாடு' என்ற தலைப்பிலான இந்நூலின் ஏழாவது இயல், திராவிடர்கள் என்பவர்கள் யார் என்ற வரலாற்று விளக்கத்தை அளிக்கிறது.

தென்னிந்திய நாகர்கள்

திராவிடர்கள், நாகர்கள் என்பவை ஒரே மக்களின் வெவ்வேறு பெயர்களே. நாகர்களாகிய திராவிடர்கள் இந்தியா முழுவதுமே பரவியிருந்தனர். வடஇந்தியாவில் நாகர்கள் என்றும் தென்னிந்தியாவில் திராவிடர்கள் என்றும் வெவ்வேறு பெயர்களில் அவர்கள் அழைக்கப்படுவதற்கான காரணம்

என்னவென்பதையும் அம்பேத்கர் ஆராய்ந்துள்ளார். "திராவிடர் என்ற சொல், மூலச் சொல் அல்ல. தமிழ் என்ற சொல்லின் சம்ஸ்கிருத வடிவமே இந்தச் சொல். தமிழ் என்னும் மூலச் சொல் முதன்முதலில் சம்ஸ்கிருதத்தில் இடம்பெற்றபோது 'தமிதா' என்று உச்சரிக்கப்பட்டது. பின்னர், 'தமில்லா' ஆகி முடிவில் 'திராவிடா' என உருத்திரிந்தது. 'திராவிடா' என்ற சொல், ஒரு இன மக்களின் மொழியின் பெயரே அன்றி, அந்த மக்களது இனத்தைக் குறிக்கவில்லை" என்று பண்டர்கரின் ஆய்வுகளை மேற்கோள்காட்டி முடிவுக்கு வருகிறார் அம்பேத்கர்.

வடஇந்திய நாகர்கள் திராவிட மொழி என்று அழைக்கப்பட்ட தமிழைப் பேசுவதைக் காலப்போக்கில் விட்டுவிட்டதால் அவர்கள் நாகர்கள் என்று மட்டுமே அழைக்கப்பட்டனர்; தென்னிந்திய நாகர்கள் தங்களது தாய்மொழியைத் தொடர்ந்து ஏற்றுக்கொண்டிருந்ததால், அவர்கள் தங்களது மொழியின் பெயராலேயே திராவிடர்கள் என்று இன்றும் அழைக்கப்படுகின்றனர் என்பது அம்பேத்கரின் முடிவு. திராவிடர்கள் என்றும் தாசர்கள் என்றும் அழைக்கப்பட்ட அனைவருமே நாகர் வழித்தோன்றல்கள்தான், இந்தியா முழுவதும் இன்று பரவிக் கிடக்கும் நாக வழிபாடு அதன் தொடர்ச்சிதான் என்றும் தனது முடிவை நிறுவுகிறார் அம்பேத்கர். நாகர்கள் தங்களது தாய்மொழியைக் கைவிட்டதைப் போல பின்பு தக்காணப் பீடபூமியிலும் சேர நாட்டிலும் வாழ்ந்த நாகர்கள், மொழிக் கலப்புக்கு ஆளாகிவிட்டனர் என்று அந்த ஆய்வு முடிவை நாம் நீட்டித்துக்கொள்ளலாம்.

ஆய்வறிவாளருக்கான காத்திருப்பு

அம்பேத்கரின் முதன்மை நோக்கம் திராவிடம், தமிழ் இரண்டுக்கும் இடையிலான தொடர்பை விளக்குவதல்ல. இந்தியச் சமூகத்தில் தீண்டாமையின் தோற்றமானது இனக் குழு அடிப்படையிலோ உடற்கூறு அடிப்படையிலோ உருவானதல்ல என்று எடுத்துக்காட்டுவதே ஆகும். தீண்டாமைக்கான காரணங்கள் குறித்து நிலவும் கருத்துகளை ஒவ்வொன்றாய்ப் பரிசீலித்து, அவற்றை மறுத்து இறுதியாக கி.பி. 400 வாக்கில் வெற்றிகொள்ளப்பட்ட பௌத்தர்கள் தீண்டாதாராக நடத்தப்பட்டனர் என்று தனது கண்டறிதலைச் சொல்கிறார்.

இதுவே முடிவான முடிவு என்றும் அவர் சொல்லவில்லை. தற்போதுள்ள சான்றுகளின் அடிப்படையிலான அனுமானத்தில் அவர் வந்துசேர்ந்த முடிவு அது. வரலாற்றின் போக்கையே மாற்றியமைத்த ஒரு நிகழ்வைக் குறித்து வரலாற்று ஆய்வாளர்கள் அக்கறை எடுத்துக்கொள்ளவில்லை என்பது அவரது வருத்தம். 1948-ல் வெளிவந்த புத்தகம் இது. அம்பேத்கர் இப்போது இருந்திருந்தாலும் அவரது வருத்தம் நீங்கியிருக்கப் போவதில்லை. கற்றறிவாளர்களிடமிருந்து ஆய்வறிவாளர்களின் வருகைக்காக இன்னும் நாம் காத்திருக்க வேண்டியிருக்கிறது.

●

ஏ.பி.இராஜசேகரன்
வழக்கறிஞர்

நதிநீர்ப் பிரச்சினை:
அம்பேத்கர் முன்வைத்த தீர்வு என்ன?

காவிரி நதி நீர்ப் பங்கீடு விவாதத்துக்கு உள்ளாகியிருக்கும் இன்றையச் சூழலில், இந்திய நீராதாரக் கொள்கை மற்றும் நதி நீர் மேலாண்மை குறித்து அம்பேத்கரின் பங்களிப்பை நினைவுகூர்வது பொருத்தமாக இருக்கும். தத்துவம், சமூகவியல், பொருளியல், அரசியல் சட்டம், தொழிலாளர் நலன் என்று விரிந்து பரந்த அம்பேத்கரின் அறிவுசார் பங்களிப்பில் நீர் மேலாண்மையும் ஒன்று.

அம்பேத்கர் 1942-1946 ஆண்டுகளில் வைஸ்ராய் கவுன்சிலில் தொழிலாளர் நலன், பாசனம் மற்றும் மின்சாரம் ஆகிய துறைகளுக்கு அமைச்சராக இருந்தார். அந்த நான்கு ஆண்டுகளில் அத்துறைகளில் அவர் செய்த சாதனைகள் இன்றைக்கும் நமக்கு வழிகாட்டுகின்றன. தொழிலாளர் நலச் சட்டங்கள், இந்தியாவின் முதல் மின்சாரக் கொள்கை, இந்தியாவின் நீர்க் கொள்கை மற்றும் பெரிய நதிகளின் பன்முக பயன் திட்டங்கள் என்று பலவும் அவரின் முயற்சியால் அப்போது உருவாக்கப்பட்டன.

தேசிய நீராதாரக் கொள்கை

அம்பேத்கர் அமைச்சராக பதவியேற்கும் வரை இந்தியாவில் நீராதாரக் கொள்கை தெளிவாக இல்லை. தேவைப்படும் இடங்களில் அந்தந்த

மாகாணங்கள் நீரைத் தேக்குவதற்கு அல்லது வெள்ளத் தடுப்புக்காக அணைகள் கட்டிக்கொண்டன. "மனிதன் நீரில்லாமையால்தான் பாதிப்படைகிறான் , அதிக நீரினால் அல்ல" என்று ஒரு இடத்தில் குறிப்பிடும் அம்பேத்கர் தன்னுடைய இந்த எண்ணத்திற்கு வலுசேர்க்கும் விதமாக நீராதாரக் கொள்கையை வடிவமைத்தார்.

அம்பேத்கரின் நீராதாரக் கொள்கையானது ஆற்றுப் பள்ளத்தாக்கு வளர்ச்சி சார்ந்த பன்முகப் பயன்களை அளிக்கக்கூடிய நீர் மேலாண்மைத் திட்டங்கள், ஆற்றுப் பள்ளத்தாக்கு ஆணையங்கள் உருவாக்குதல், நீர் மேலாண்மை மற்றும் மின்சாரத் திட்டங்களை உருவாக்குவதற்கு வல்லுநர்களைக் கொண்ட தொழில்நுட்பக் குழுவினை அமைத்தல் ஆகியவற்றை உள்ளடக்கியதாக அமைந்திருந்தது. இந்தக் கொள்கையினை நடைமுறைப்படுத்துவதற்காக அதுவரையில் தொழில்நுட்ப ஆலோசகர்களை மட்டுமே கொண்டிருந்த அமைச்சரவையில், முதன்முதலாக இரண்டு தொழில்நுட்பக் குழுக்களை அமைத்தார். 1944-ல் மத்திய தொழில்நுட்ப மின்சார வாரியத்தையும் 1945-ல் மத்திய நீர் வழி, பாசனம் மற்றும் நீர் வழிப் போக்குவரத்து ஆணையத்தையும் உருவாக்கினார். இந்தியாவின் தலைசிறந்த விஞ்ஞானிகளைக் கொண்டு அமைக்கப்பட்ட இந்த இரண்டு ஆணையங்களும் அப்போது மத்திய - மாநில அரசுகளுக்குத் தொழில்நுட்ப ஆலேசனைகளை வழங்கின. அவை இன்று முறையே மத்திய மின்சார ஆணையமாகவும் மத்திய நீர் ஆணையமாகவும் உருமாறியிருக்கின்றன.

நதி நீர் மேலாண்மைத் திட்டங்கள்

நீரைச் சேமிக்கவும் வெள்ளத்தைத் தடுக்கவும் மட்டுமே ஒரு அணை கட்டுவது பயனற்றது என்று வலியுறுத்திய அம்பேத்கர், அந்தத் திட்டம் பாசனம், மின்சார உற்பத்தி மற்றும் நீர்வழிப் போக்குவரத்துக்குப் பயனளிக்கக்கூடியதாக இருக்க வேண்டும் என்று வலியுறுத்தினார். அவ்வாறு அவர் முதலில் எடுத்துக்கொண்ட திட்டம் தாமோதர் ஆற்றுப் பள்ளத்தாக்கு திட்டம். பிகாரில் (தற்போது ஜார்கண்டில்) உற்பத்தியாகி வங்காளத்தில் ஹுக்ளி ஆற்றில் கலக்கும் இந்த நதி மழைக்காலங்களில் கடுமையான சேதங்களை விளைவித்ததால் 'வங்காளத்தின் துக்கம்' என்று அழைக்கப்பட்டது. இந்த நதியைக் கட்டுக்குள் கொண்டு வர ஆங்கிலேயர்கள் எடுத்த பல முயற்சிகள் தோல்வியிலேயே முடிந்தன. பல தீர்வுகளை ஆழ்ந்து சிந்தித்த அம்பேத்கர், தாமோதர் திட்டத்தை அமெரிக்காவின் டென்னசி பள்ளத்தாக்குத் திட்டம் போன்று பெரிய அளவிற்கு உருவாக்கினால்தான், அது பயனுள்ளதாக இருக்கும் என்ற முடிவுக்கு வந்தார்.

ஒரே வருடத்தில் முழு தொழில்நுட்பத் திட்டமும் தயாரிக்கப்பட்டது. பிறகு இரண்டே வருடங்களில், ஒவ்வொரு மாகாணமும் எவ்வளவு செலவு செய்ய வேண்டும் என்பது உள்ளிட்ட, மாகாணங்களுக்கிடையேயான

அனைத்துப் பிரச்சினைகளும் தீர்க்கப்பட்டு, அரசியல் சட்ட சபையில் அதற்கான சட்டம் இயற்றப்பட்டது. அதன்படி, தாமோதர் பள்ளத்தாக்கு ஆணையம் 1948-ல் உருவாக்கப்பட்டது. இன்றளவும் அது மிகப்பெரும் சாதனையாக விளங்குகிறது. இந்தியாவில் பன்முகப் பயன்களைக் கொண்ட முதல் நதி நீர்த் திட்டம் தாமோதர் பள்ளத்தாக்கு ஆணையமே. தாமோதர் பள்ளத்தாக்கு ஆணையத்தின் கீழ் இன்று 5 அணைகள், 5 அனல் மின் நிலையங்கள், 3 நீர் மின் நிலையங்கள் இருக்கின்றன. மொத்தம் 2760 மெகா வாட் மின்சாரம் உற்பத்தி செய்யப்படுகிறது. இந்தத் திட்டத்தினால் இரண்டு மாநிலங்களிலும் மொத்தம் 7 லட்சம் ஏக்கர்கள் பாசனம் பெறுகின்றன.

அதைத் தொடர்ந்து ஒரிசா அரசாங்கம் கேட்டுக்கொண்டதற்கிணங்க மகாநதியில் ஹிராகுட் திட்டத்தையும், மத்திய பிரதேசத்தில் சோன் பள்ளத்தாக்கு திட்டத்தையும் உருவாக்கினார். ஹிராகுட்டில் மார்ச் 1946ல் அணைக்கு அடிக்கல் நாட்டினார். துரதிர்ஷ்டவசமாக 1946-ன் பிற்பகுதியில் அவர் பதவி விலக நேர்ந்தது. அதனால் இந்தத் திட்டங்களில் பல தொய்வடைந்தன.

மாநிலங்களுக்கிடையே நதிநீர் பங்கீடு

இந்திய அரசு சட்டம், 1935-ன் படி நீர் மேலாண்மை அதிகாரம் முற்றிலுமாக மாகாணங்களுக்கு வழங்கப்பட்டிருந்தது. நதிகள், மத்திய அரசின் அதிகாரத்தினுள் வரவேண்டும் என்று தொடர்ந்து வாதிட்டவர் அம்பேத்கர். பல்வேறு காரணங்களுக்காக ஒரு மாகாணம் தன் ஆளுகைக்குட்பட்ட இடத்தில் உருவாகும் நதியினை மற்ற மாகாணங்களுக்குப் பகிராமல் போகலாம் என்று அவர் கருதினார். சித்தார்த்தர் துறவறம் ஏற்று புத்தராக காரணமான ரோஹினி ஆறு பிரச்சனை அவர் கண் முன் விரிந்திருக்கலாம்.

இந்திய அரசியல் சட்டக் கூறு 262-ன் மூலம் நதி நீர்ப் பகிர்வு பிரச்சனைகளைத் தீர்க்கும் அதிகாரத்தை மத்திய அரசுக்கு வழங்கியதோடு நிற்காமல், நதி நீர் குறித்து மாநிலங்களுக்கு இடையில் ஏற்படும் பிரச்சினையில் நீதிமன்றங்கள் தலையிடக்கூடாது என்ற தடையையும் ஏற்படுத்தினார் அம்பேத்கர். மத்திய அரசு மாநிலங்களுக்கிடையே ஓடும் நதிகளில் பொது நன்மைக்காக வளர்ச்சித் திட்டங்கள் கொண்டுவருவதற்கு ஏழாவது அட்டவணையில் மத்திய அரசு பட்டியலில் பொருள் 74-ஐ புகுத்தினார். ஆனால் அரசியல் சட்டத்தின் இந்தக் கூறுகளை மத்திய அரசு சரிவரப் பயன்படுத்தவில்லை என்பது துரதிர்ஷ்டவசமானது.

●

ம.சுசித்ரா
பத்திரிகையாளர்

கற்பி என்று அம்பேத்கர் முழங்கியது கேட்கவில்லையா?

கல்லூரி மாணவர்களுக்கு இதழியல் குறித்த விரிவுரை வழங்க அண்மையில் நேர்ந்தது. கார்ல் மார்க்ஸ், அயோத்திதாசர், காந்தி, அம்பேத்கர், பெரியார், போன்றோர் உலகைப் புரட்டிப்போட்ட சிந்தனையாளர்கள் மட்டுமல்ல; மகத்தான இதழியலாளர்களும்கூட. இதழியலின் அரிச்சுவடியைக் கற்றுக்கொள்ள இவர்களின் பங்களிப்பையும் அறிந்துகொள்ள வேண்டியது அவசியம். 'குரலற்றவர்களின் தலைவன்' என்ற பொருளில் அம்பேத்கர் தொடங்கிய 'மூக்நாயக்' நாளிதழின் நூற்றாண்டு இது என்பதால் வரலாற்று முக்கியத்துவம் வாய்ந்த தருணத்தில் இது குறித்துப் பேசிக்கொண்டிருக்கிறோம் என்று உரையைத் தொடங்கினேன்.

இடைமறித்த நிகழ்ச்சி ஏற்பாட்டாளரான பேராசிரியர், "இதழியல் பணிக்குத் தேவையானதை மட்டும் பேசுங்களேன். அரசியலர்களைப் பற்றி மாணவர்களைப் படிக்கச் சொல்வதிலும், எழுதச் சொல்வதிலும் கல்லூரிச் சூழலில் ஒரு தயக்கம் இருக்கிறது" என்றார். இதழியலைப் பொறுத்தவரை திறனும் அறமும் வெவ்வேறல்ல என்பதால், இவர்கள் குறித்துப் பேசாமல் இருக்கலாகாது என்பதாகச் சொல்லி, ஒருவழியாகப் பேச்சைத் தொடர்ந்தேன். ஆனால், இந்தச் சம்பவம் கல்விப் புலத்தின் நிலை குறித்துக் கவலைகொள்ளச் செய்தது. மாணவர்களைச் சொல்லிக் குற்றமில்லை. சமூக அரசியல் பண்பாட்டுக் களத்தில் மட்டுமல்லாது, கல்வி எல்லோருக்கும் சாத்தியமாவதற்காக அம்பேத்கர், பெரியார் உள்ளிட்டோர் ஆற்றிய பெரும் பணியானது கல்வி நிலையங்களில் பரவலாகப் பேசப்படாமலே இருப்பதைத்தான் இது உறுதிசெய்கிறது.

கல்விச் சூழல் இன்று

தலைசிறந்த அரசியலர்களை வார்த்தெடுக்க 'டிரெய்னிங் ஸ்கூல் ஃபார் எண்ட்ரென்ஸ் டு பாலிட்டிக்ஸ்' (Training School for Entrance to Politics) பள்ளியை 1956-ல் நாக்பூரில் நிறுவினார் அம்பேத்கர். இங்கு மேடைப்பேச்சுக் கலை, பௌத்த தத்துவப் பார்வை, சமூக அறிவியல் பாடங்கள், நாடாளுமன்ற நடைமுறைகள் மற்றும் செயல்பாடுகள் ஆகியவை கற்பிக்கப்பட்டன. முதல் பேட்சில் 15 மாணவர்கள் படித்தார்கள். இந்தப் பள்ளி மாணவர்களுக்கு மேடைப்பேச்சுக் கலை குறித்த சிறப்பு வகுப்பை அம்பேத்கர் 1956 டிசம்பர் 10 அன்று நடத்தவிருந்தார். ஆனால், அதற்கு நான்கு நாட்களுக்கு முன்னதாக அவரின் உயிர் பிரிந்தது. அவருடைய மறைவுக்குப் பிறகு, இந்தப் பள்ளி செயல்படாமல் போனது. இந்நிலையில், டெல்லி ஜவாஹர்லால் நேரு பல்கலைக்கழகத்தில் முனைவர் பட்டம்

பெற்ற இரண்டு ஆராய்ச்சி மாணவர்கள் அம்பேத்கரின் அரசியல் பள்ளிக்கு மீண்டும் உயிர் கொடுக்கும் முனைப்புடன் 2016-ம் ஆண்டில் செயல்பட்டனர். தமிழகத்தில் இலக்கியம், வரலாறு, தத்துவம் உள்ளிட்ட மனிதவியல் பட்டப் படிப்புகளை மேற்கொள்ளும் மாணவர்களுக்கு இத்தகைய முனைப்பு துளிர்க்கும் கல்விச் சூழல் ஏற்படுத்தப்பட்டிருக்கிறதா?

மத்திய சமூகநீதி மற்றும் அதிகாரமளித்தல் அமைச்சகத்தின் அம்பேத்கர் அறக்கட்டளையும், பல்கலைக்கழக மானியக் குழுவும் இணைந்து அம்பேத்கரின் நூற்றாண்டை முன்னிட்டு நாடு முழுவதும் உள்ள பல்கலைக்கழகங்களில் அம்பேத்கர் கல்வி இருக்கைகளைத் தொடங்கின. ஆராய்ச்சிகள், கருத்தரங்குகள் மூலம் அம்பேத்கரின் சிந்தனைகளை மாணவச் சமூகத்துக்குக் கொண்டுசேர்ப்பதே இந்த இருக்கைகளின் நோக்கம். ஆனால், 30 ஆண்டுகள் கடந்தும் அம்பேத்கரின் சிந்தனைகள் குறித்துப் படிக்கவே மாணவர்கள் அஞ்சுவதாக ஆசிரியர்கள் சொல்வது இந்த இலக்கை நோக்கிய பயணத்தில் நாம் எவ்வளவு பின்தங்கிக் கிடக்கிறோம் என்பதைத்தானே காட்டுகிறது!

உரிமைக் குரல்

பொருளியல் பாடப்பிரிவில் கொலம்பியா மற்றும் லண்டன் பல்கலைக்கழகங்களில் முனைவர் பட்டம் பெற்றவர், இந்திய அரசியலர்களில் மெத்தப் படித்தவர் என்பதெல்லாம் அம்பேத்கர் குறித்துப் பரவலாக அறிந்ததே. மறுபுறம் சட்ட மேதையாக, சமூக அரசியல் புரட்சியாளராக மட்டுமல்லாது கல்விப் புலத்துக்கு அம்பேத்கர் ஆற்றிய பெரும் பங்கு இன்றும் பேசாப் பொருளாகவே நீடிக்கிறது. 'கற்பி, ஒன்றுசேர், கிளர்ச்சிசெய்' என்று முழக்கமிட்ட அம்பேத்கர், கல்வியையே முதன்மைப்படுத்தினார். சமத்துவத்தையும் சகோதரத்துவத்தையும் நீதியையும் அறநெறிகளையும் உருவாக்கக் கூடியதையே அவர் கல்வி என்றழைத்தார். பிறப்பால் உயர்ந்தவர் தாழ்ந்தவர் என்று மனிதர்களை வகைமைப்படுத்தும் சமூகத்தையெல்லாம் விழுமியங்களை மதிக்கும் சமூகமாக உயர்த்த கல்வியே கைகொடுக்கும் என்று உறுதிபூண்டார். குலத்தொழில் வழக்கத்தை மாற்றும் செயல்வடிவமாகவும் கல்வியை உருவகித்தார். ஆகவேதான், "ஒரு மனிதரை அச்சமற்றவராக மாற்றி ஒற்றுமையின் படிப்பினையைக் கற்பித்துத் தன்னுடைய உரிமைகள் குறித்த விழிப்புணர்வை ஏற்படுத்தித் தன்னுடைய உரிமைக்காகப் போராடும் உணர்வை ஊட்டுவதே கல்வி" என்றார்.

இந்தியர்களின் கல்வி நிலை குறித்து பம்பாய் சட்டமன்ற கவுன்சிலில் 1927 மார்ச் 12-ம் தேதி பேசுகையில், "தனிநபருக்கு 14 அணா மட்டுமே பம்பாய் மாகாணம் செலவழித்துக்கொண்டிருக்கிறது. ஆனால், கலால் வரியாக 35 அணா வசூலிக்கப்பட்டுக்கொண்டிருக்கிறது. மக்களிடமிருந்து வசூலிக்கப்படும் கலால் வரி அளவுக்கேனும் கல்விக்கு அரசு நிதி

ஒதுக்க வேண்டும்'' என்று வாதிட்டார். அதே கூட்டத்தில், ''எழுத்தறிவு பெற்று ஆரம்பப் பள்ளியை விட்டுச் செல்வதும், வாழ்நாள் முழுவதும் எழுத்தறிவோடு திகழ்வதுமே தொடக்கக் கல்வியின் நோக்கமாகும். ஆனால், புள்ளிவிவரங்களின்படி ஆரம்பப் பள்ளிக்குள் அடியெடுத்து வைக்கும் 100 குழந்தைகளில் 18 குழந்தைகள் மட்டுமே நான்காம் வகுப்பை எட்டுகின்றனர். மீதமுள்ள 82 பேர் எழுத்தறிவின்றித் தவிக்கின்றனர்'' என்றார்.

அதேபோன்று, இடைநிற்றலைத் தடுப்பது குறித்துக் கூடுதல் அக்கறை கொண்டிருந்தார் அம்பேத்கர். கல்வி வணிகமயமாதலையும் அவர் கடுமையாகச் சாடினார். குறிப்பாக, ஏழை மக்களுக்கு உயர்கல்வியானது குறைந்த செலவில் கிடைக்கும் நடவடிக்கை எடுக்க வலியுறுத்தினார். எல்லாவற்றுக்கும் மேலாக, படிநிலைப்படுத்தப்பட்ட சமூக அமைப்பைக் குறிக்கும் விதமாக, ''கல்வியைப் பொறுத்தமட்டில் ஒட்டுமொத்த மக்கள்தொகையை நான்காகப் பிரிக்கலாம். முதல் வகுப்பைச் சேர்ந்தவர்கள் முன்னேறிய இந்துக்கள். இரண்டாவது வகுப்பைச் சேர்ந்தவர்கள் பிராமணர் அல்லாதவர்கள் எனப்படும் இடைநிலை சாதி இந்துக்கள். மூன்றாவது பிற்படுத்தப்பட்ட வகுப்பைச் சேர்ந்த ஒடுக்கப்பட்ட மக்கள், மலைவாழ் பழங்குடியினர் மற்றும் குற்றப்பரம்பரைப் பழங்குடியினர். நான்காவது முகமதியர்கள். இந்த நால்வரும் சமூக அந்தஸ்திலும் வளர்ச்சியிலும் சமமற்ற நிலையில் இருக்கிறார்கள். இவர்களில் மூன்றாவது வகுப்பைச் சேர்ந்த பிற்படுத்தப்பட்ட மக்களுக்குத்தான் அரசு கூடுதல் கவனம் செலுத்த வேண்டும்'' என்றார்.

பெண் கல்வி

மதக் கோட்பாடுகளுக்குப் பாடத்திட்டத்தில் இடம் இல்லை என்று அம்பேத்கர் உறுதிபூண்டார். பிராந்திய மொழிகளில் கல்வி கற்பிக்கப்படுவதை ஆதரித்தார். அதே வேளையில், ஆங்கில மொழி சர்வதேச ஒருமைப்பாட்டுக்கும் தொடர்பாற்றலுக்கும் கைகொடுக்கும் என்றார். நாடு முழுவதற்குமான பொதுப் பாடத்திட்டம் பின்பற்றப்பட வலியுறுத்தினார். அது அறிவியல்பூர்வமான முற்போக்கான பாடத்திட்டமாக வகுக்கப்பட வேண்டும் என்றார்.

அம்பேத்கர் தனக்கு உலக ஞானம் ஊட்டிய பேராசிரியர் ஜான் டூயி மீதும் மிகுந்த நேசம் கொண்டிருந்தார். ஆகவே, ''மாணவர்களின் சிந்தனைத் திறனை உணர்ந்து அவர்களை வளர்த்தெடுப்பதே ஆசிரியரின் கடமை. தோழராகவும் தத்துவ அறிஞராகவும் வழிகாட்டியாகவும் செயல்படுபவரே நல்லாசிரியர்'' என்றார். இந்து திருமணச் சட்டத்தில் பெண்களுக்குச் சொத்துரிமையையும் வாரிசுரிமையையும் கொண்டுவந்தவர், பள்ளிக் கல்வியானது பெண்களுக்குக் கட்டாயம் வழங்கப்பட வேண்டும் என்றார்.

உதவித்தொகைத் திட்டங்கள்

ஒடுக்கப்பட்ட சமூகத்தினருக்குக் கலை மற்றும் சட்டக் கல்வி பெரிதும் கைகொடுக்காது; அறிவியல் மற்றும் தொழில்நுட்பக் கல்வியே அவர்களை உயர்த்தும் என்றார் அம்பேத்கர். இதன் பொருட்டு இன்றைய ஜார்கண்ட் மாநிலத்தைச் சேர்ந்த தன்பாத் நகரில் செயல்பட்டுவந்த சுரங்கம், பொறியியல் மற்றும் நிலவியல் கல்வி நிறுவனத்தில் அதிக எண்ணிக்கையில் ஒடுக்கப்பட்ட சாதியை சேர்ந்த மாணவர்கள் அனுமதிக்கப்பட வேண்டும் என்று இந்திய அரசுக்கு அழுத்தம் கொடுத்தார். தான் பெற்ற உயர்கல்விப் பட்டங்களுக்குப் பின்னால் இருந்த இடர்ப்பாடுகளை, பொருளாதார நெருக்கடிகளை அடுத்த தலைமுறையினர் எதிர்கொள்ளக் கூடாது என்ற மகா கருணை கொண்டிருந்தார். ஆகவேதான், பல கல்வி உதவித்தொகைத் திட்டங்களையும் இட ஒதுக்கீட்டுக் கொள்கையையும் சட்டமாக்கினார். பள்ளிக் கல்விக்குப் பிறகு உயர்கல்வியிலும் ஒடுக்கப்பட்ட மாணவர்கள் தடம்பதிக்க '10-ம் வகுப்புக்குப் பிந்தைய கல்வி உதவித்தொகைத் திட்டத்தை' உருவாக்கினார். இன்று 60 லட்சம் பட்டியல் சாதி மாணவர்களுக்கு இந்தத் திட்டம் மறுக்கப்படும் சூழல் உருவாகியிருப்பதை இங்கு கவனத்தில் கொள்ள வேண்டியிருக்கிறது. அறிவியல் மற்றும் தொழில்நுட்பப் படிப்புகளை மேற்கொள்ளும் பட்டியல் சாதி மாணவர்களுக்கு ஆண்டுக்கு ரூ.2 லட்சம் உதவித்தொகை வழங்குவதற்கு அம்பேத்கர் பரிந்துரைத்தார். அதிலும் இங்கிலாந்து, அமெரிக்கா உள்ளிட்ட அயல்நாடுகளுக்குப் படிக்கச் செல்லும் பட்டியலின மாணவர்களுக்கு ரூ.1 லட்சம் மானியம் வழங்கக் கோரினார்.

1924-ல் இத்காரினி சபையை நிறுவிப் பல கல்லூரிகள், விடுதிகள், நூலகங்கள், ஹாக்கி கிளப்கள், வாசிப்பு மையங்களை உருவாக்கினார் அம்பேத்கர். இந்தச் சபையின் மூலம் 'சரஸ்வதி பேலாஸ்' என்ற மாத இதழையும் தொடங்கினார். 1928-ல் ஒடுக்கப்பட்டோர் வகுப்பு கல்விச் சங்கத்தை நிறுவினார். ஒடுக்கப்பட்ட சமூகத்தினர் உயர்கல்வி பெற 1945-ல் லோக் சைக்சிக் சமாஜத்தைத் தொடங்கினார். இந்த அமைப்பின் மூலமாக இடைநிலைப் பள்ளிகளும் கல்லூரிகளும் ஆரம்பிக்கப்பட்டன. "கல்வி என்பது புலிப் பாலைப் போன்றது. அதைக் குடித்த எவராலும் புலியைப் போல உறுமுவதைத் தவிர, அடங்கி நடந்துவிட முடியாது" என்று கர்ஜித்தவரைக் கற்றறிய அஞ்சுவதால் இழப்பு அம்பேத்கருக்கல்ல!

ஆசை தம்பி
பத்திரிகையாளர்

அம்பேத்கரின் 'குரலற்றவர்களின் தலைவருக்கு நூற்றாண்டு

சுதந்திரப் போராட்ட காலத்திலிருந்து எந்த ஒரு இயக்கமும் தனக்கான ஒரு ஊடகத்தைக் கொண்டிருப்பதை முக்கியமென்று கருதிவந்திருக்கிறது. அந்த நிலை தற்போதும் தொடர்கிறது. இதில் விளிம்பு நிலையில் இருந்தவர்கள்/ இருப்பவர்கள் ஒடுக்கப்பட்ட மக்களே! அம்மக்களின் குரல் ஒலிப்பதற்கான அச்சு ஊடகமோ, காட்சி ஊடகமோ இன்றுவரை குறைவாகத்தான் இருக்கின்றன. இந்தப் பின்னணியில் வைத்துப் பார்க்கும்போது, 100 ஆண்டுகளுக்கு முன்பு அம்பேத்கர் மேற்கொண்ட முன்னோடி இதழியல் முயற்சிகள் எத்தனை முக்கியத்துவம் வாய்ந்தவை என்பது நமக்குப் புலப்படுகிறது.

அது 1920, ஜனவரி 31. டாக்டர் அம்பேத்கர் தொடங்கிய மாதமிருமுறை மராத்தி இதழான 'மூக் நாயக்'கின் முதல் இதழ் வெளியான நாள். 'மூக் நாயக்' என்றால், மராத்தி மொழியில் 'குரலற்றவர்களின் தலைவர்' என்று பொருள். இந்தப் பெயரை 17-ம் நூற்றாண்டைச் சேர்ந்த மராத்திய பக்திக் கவிஞர் துக்காராமின் பாடல் ஒன்றிலிருந்து டாக்டர் அம்பேத்கர் தழுவிப் பயன்படுத்தினார். 'மூக் நாயக்' என்ற பெயருக்குக் கீழாக, அந்தப் பாடலும் இடம்பெற்றிருந்தது.

மூக் நாயக்கின் பின்னணி

முன்னதாக அமெரிக்காவில் டாக்டர் பட்டம் பெற்றிருந்த அம்பேத்கர்,

லண்டனில் உள்ள பொருளாதாரக் கல்லூரியில் பொருளாதாரத்தில் முனைவர் ஆய்வை மேற்கொண்டிருந்த நிலையில், அவருக்கு வழங்கப்பட்ட பரோடா மாகாண கல்வி உதவித்தொகை நிறுத்தப்பட்டதால், அந்த ஆய்வைப் பாதியிலேயே விட்டுவிட்டு, இந்தியாவுக்கு 1917-ல் வந்தார். மீண்டும் தனது ஆய்வைத் தொடரும் கனவோடு அதற்கு ஆகக்கூடிய செலவுக்குத் தொகையைச் சேமிப்பதற்காக ஒரு அரசுக் கல்லூரியில் பேராசிரியராகப் பணியாற்றினார். இந்தக் காலகட்டத்தில் ஏற்பட்ட சில அனுபவங்கள்தான் அவரை சொந்தமாகப் பத்திரிகை நடத்தத் தூண்டின.

1918-19 ஆண்டுகளில் சவுத்பரோ கமிட்டி இந்தியாவுக்கு வந்தது. அது பட்டியல் சாதியினர் சார்பில், டாக்டர் அம்பேத்கரையும் முற்பட்ட பிரிவினர் சார்பில் சமூக சேவகர் வித்தல் ராம்ஜி ஷிண்டேவையும் தங்கள் தரப்புகளின் வாதங்களை எடுத்துவைக்க அழைத்தது. இந்த விஷயத்தில் வித்தல் ராம்ஜியின் தரப்பு வாதங்களுக்குப் பத்திரிகைகள் கொடுத்த முக்கியத்துவத்தைத் தனக்குக் கொடுக்கவில்லை என்று அம்பேத்கரின் மனம் வாடியது. கூடவே, ஒரு முன்னணி ஆங்கில நாளிதழுக்குத் தாழ்த்தப்பட்டவர்களின் நிலையை எடுத்துக்கூறி ஒரு கடிதத்தை அனுப்பினார். அந்தக் கடிதம் பிரசுரிக்கப்படவேயில்லை. இதெல்லாம்தான் ஒடுக்கப்பட்ட மக்களுக்கென்று தனி பத்திரிகை வேண்டும் என்ற திசையை நோக்கி அம்பேத்கரை நகர்த்தின.

நிதி வசதி ஏதும் இல்லை என்றாலும் ஒரு லட்சிய உத்வேகத்துடன்தான் அம்பேத்கர் 'மூக் நாயக்' பத்திரிகையைத் தொடங்கினார். அவர் பத்திரிகை தொடங்கும் செய்தியை அறிந்த கோலாப்பூரின் சத்திரபதி ஷாஹு மகாராஜா அம்பேத்கரின் இல்லத்துக்கு வந்து ரூ.2,500 நன்கொடையைத் தந்தார். பத்திரிகையின் தொடக்க நிலையில் இந்தத் தொகை பெரும் ஊக்கமாக இருந்திருக்கும் என்பதில் சந்தேகமில்லை. 'மூக் நாயக்' பத்திரிகையை அம்பேத்கர் தொடங்கினாலும் அதன் ஆசிரியர் பொறுப்பில் அவர் எப்போதும் இருந்ததில்லை. அரசுப் பணியில் இருந்ததும் இதற்கு ஒரு காரணம். மாதம் இருமுறை இதழாக ஒரு சனிக்கிழமை விட்டு அடுத்த சனிக்கிழமையில் அந்த இதழ் வெளியானது. ஆரம்பத்தில் பாண்டுரங் நந்தராம் பட்கர் அந்த இதழின் அதிகாரபூர்வ, பெயரளவிலான ஆசிரியராக இருந்தார். பிறகு, தின்யந்தேவ் கோலப் ஆசிரியர் பொறுப்பேற்றார். சில காலம் கழித்து அம்பேத்கருக்கும் அவருக்கும் இடையே ஏற்பட்ட கருத்து வேறுபாட்டால் கோலப் பதவி விலகினார்.

படிகளற்ற கோபுரம்

'மூக் நாயக்'கின் முதல் இதழில்தான் தற்போது அடிக்கடி மேற்கோள் காட்டப்படும் அம்பேத்கரின் வரிகள் இடம்பெற்றன. "இந்து சமூகம் என்பது ஒரு கோபுரம் போன்றது. அதன் ஒவ்வொரு தளமும் ஒவ்வொரு சாதிக்கென்று

ஒதுக்கப்பட்டது. இதில் குறிப்பிடத் தகுந்த விஷயம் என்னவென்றால், இந்தக் கோபுரத்துக்குப் படிக்கட்டுகள் கிடையாது. ஆகவே, ஒரு தளத்திலிருந்து இன்னொரு தளத்துக்கு ஏறவோ இறங்கவோ முடியாது. ஒருவர் எந்தத் தளத்தில் பிறந்தாரோ அந்தத் தளத்திலேயே மடிகிறார். கீழே உள்ள தளத்தைச் சேர்ந்தவருக்கு எவ்வளவு திறமையும் தகுதியும் இருந்தாலும் அவர் மேலே உள்ள தளத்துக்குச் செல்வதற்கு எந்த வழியும் இல்லை. அதேபோல், மேலே உள்ள தளத்தைச் சேர்ந்தவர் எந்தத் தகுதியும் திறமையும் இல்லையென்றாலும் அவரைக் கீழே உள்ள தளத்துக்கு இறக்குவதற்கு எந்த வழிவகையும் இல்லை."

'மூக் நாயக்' அதன் பெயருக்கு ஏற்ப குரலற்றவர்களின் துயரத்தை வெளிப்படுத்தும் ஊடகமாக விளங்கியது. ஒடுக்கப்பட்ட மக்கள் தாங்கள் எதிர்கொண்ட சாதிக் கொடுமைகளைப் பற்றி அந்த இதழுக்குக் கடிதம் எழுதினார்கள். அது சுதந்திரப் போராட்டம் சூடுபிடித்துக்கொண்டிருந்த காலம். 'மூக் நாயக்' பத்திரிகை இந்திய தேசியவாதத்தைக் கேள்விக்குள்ளாக்கியது. இதனால் அம்பேத்கரோ 'மூக் நாயக்' பத்திரிகையோ இந்திய சுதந்திரத்துக்கு எதிரானவர்கள் என்று அர்த்தம் இல்லை. அந்நியரின் கொடுமைகளை, ஆக்கிரமிப்பை எதிர்க்கும் இந்திய தேசியவாதம் நமக்குள்ளே நிகழ்த்தப்படும் கொடுமைகளைக் கணக்கில் எடுத்துக்கொள்வதில்லை என்பதால்தான் அது

அம்பேத்கரால் தாக்குதலுக்கு உள்ளானது. இன்னொரு இதழில் அம்பேத்கர் இப்படி எழுதுகிறார்: "இந்தியா ஒரு சுதந்திர நாடாக மட்டும் இருந்துவிட்டால் போதாது. ஒரு நல்ல அரசாகவும் உருவாக வேண்டும். அதில் எல்லா வகுப்பு மக்களுக்கும் மதம், சமூகம், பொருளாதாரம், அரசியல் தொடர்பானவற்றில் சம உரிமை என்பது உறுதிசெய்யப்பட்டதாக இருக்க வேண்டும். ஒவ்வொரு தனிமனிதனுக்கும் வாழ்வின் படிகளில் உயர்வதற்கான வாய்ப்பும், இவ்வாறு முன்னேறுவதற்கு ஏற்ற நல்ல சூழ்நிலையும் அளிக்கப்பட வேண்டும். பிரிட்டிஷ் அரசின் அநீதியான அதிகாரத்தை எதிர்ப்பது சரி என்று பிராமணர்கள் சொல்வதில் எந்த அளவுக்கு நியாயம் இருக்கிறதோ, அதைவிட நூறு மடங்கு நியாயம், ஆட்சி அதிகாரம் ஆங்கிலேயரிடமிருந்து பிராமணர் கைகளுக்கு மட்டும் மாற்றப்படக் கூடாது என்று ஒடுக்கப்பட்ட வகுப்பு மக்கள் எதிர்ப்பதில் அடங்கியிருக்கிறது."

புறக்கணிப்பு

'மூக் நாயக்' இதழ் தொடங்கப்பட்டபோது, பால கங்காதர திலகரின் 'கேசரி' பத்திரிகைக்கு மூன்று ரூபாய் பணத்துடன் விளம்பரம் அனுப்பப்பட்டது. விளம்பரம் செய்ய மறுத்து, பணத்தைத் திருப்பி அனுப்பியது அந்தப் பத்திரிகை. இப்படியாக, தொடக்கத்திலேயே அம்பேத்கரின் 'மூக் நாயக்' புறக்கணிப்பை எதிர்கொண்டது. 1920-ல் 700 சந்தாதாரர்களைக் கொண்டிருந்த அந்தப் பத்திரிகை, 1922-ல் ஆயிரத்தைத் தொட்டது. இதற்கிடையில் பாதியிலேயே நின்றுபோன தனது பொருளாதார முனைவர் பட்ட ஆய்வை மேற்கொள்வதற்காக அம்பேத்கர் லண்டன் சென்றுவிட 'மூக் நாயக்' பத்திரிகை தள்ளாடியது. அதற்கு முன்னதாக ஆறு மாதங்களில் 12 இதழ்களின் பெயர் குறிப்பிடப்படாத ஆசிரியராக இருந்து அம்பேத்கரே எல்லா வேலைகளையும் கவனித்துக்கொண்டார்.

சில ஆண்டுகளில் 'மூக் நாயக்' நின்றுபோனது. ஆனாலும், பின்னாளில் 'பஹிஷ்க்ரிட் பாரத்', 'ஈக்குவாலிட்டி ஜன்ட்டா' ஆகிய இதழ்களை டாக்டர் அம்பேத்கர் தொடங்கி நடத்தினார். அம்பேத்கரின் 'மூக் நாயக்' தொடங்கி நூறு ஆண்டுகள் முடிவுக்கு வந்தாலும் அந்தக் காலத்தைப் போலவே ஒடுக்கப்பட்ட மக்களுக்கென்று வலுவான ஊடகம் இல்லாதது இன்றும் தொடர்கிறது. அப்படிப்பட்ட ஊடகம் அமையும்போது அது 'மூக் நாயக்' இட்ட அடித்தளத்தின்மீதுதான் அமையும் என்பது டாக்டர் அம்பேத்கரின் தியாகத்துக்கும் துணிவுக்கும் சான்று!

●

ந.வினோத் குமார்

பத்திரிகையாளர்

புரட்சியாளன் புத்தகன்!

வீட்டில் ஒரு நூலகம் என்பது பலருக்கும் இருக்கும் கனவு. ஆனால், 'புத்தகங்களுக்காக ஒரு வீடு' என்று ஏங்கிய ஒரு மனிதர் இருந்தார் என்றால், அது அம்பேத்கரைத் தவிர வேறு யாருமில்லை. அந்த ஏக்கத்தின் விளைவே, மும்பையில் இருக்கும் 'ராஜகிரகம்' எனும் வீடு. அதை வீடு என்று சொல்வதைவிட நூலகம் என்று சொல்வதே பொருத்தமாக இருக்கும். அம்பேத்கரும் அதையே விரும்பியிருப்பார்!

பரோடா மகாராஜா சாயாஜிராவின் தயவால் லண்டனில் படிக்கச் சென்ற அம்பேத்கர் 1917-ல் இந்தியாவுக்குத் திரும்பி, அந்த மகாராஜாவிடம் தனது 'செஞ்சோற்றுக் கடனை' திருப்பிச் செலுத்த ஆயத்தமாகிறார். லண்டனில் இருந்த 4 ஆண்டுகளில், புத்தகம் படிப்பதைத் தவிர அம்பேத்கருக்கு வேறு ஒரு முக்கிய வேலையும் இருந்தது. அது, புத்தகங்களைச் சேகரிப்பது. நியூயார்க்கில் அம்பேத்கர் இருந்த காலத்தில், அங்கிருந்து மட்டுமே சுமார் இரண்டாயிரத்துக்கும் அதிகமான, மிகவும் அரிதான புத்தகங்களை அவர் சேகரித்தார் என்று அம்பேத்கரின் வாழ்க்கை வரலாற்றை எழுதிய தனஞ்செய் கீர், பதிவுசெய்திருக்கிறார்.

தன்னுடைய சேகரிப்பில் இருந்த புத்தகங்களை ஒரு சரக்குக் கப்பலில் அனுப்பிவிட்டு, இன்னொரு பயணிகள் கப்பலில் இந்தியாவுக்குப் புறப்பட்டார் அம்பேத்கர். மும்பையில் வந்து இறங்கிய அம்பேத்கருக்கு அதிர்ச்சியான

செய்தி ஒன்று காத்திருந்தது. தன் புத்தகங்களைச் சுமந்து வந்த கப்பல், மூழ்கிவிட்டது என்பதுதான் அது!

அப்படி ஒரு சம்பவம் வேறு யாருக்காவது நிகழ்ந்திருந்தால், அதற்குப் பிறகு அவர்களுக்குப் புத்தகங்களின் மீது இருந்த காதல் காணாமல் போயிருக்கும். ஆனால், அதிர்ஷ்டவசமாக அம்பேத்கருக்கு அந்தத் துர்பாக்கியம் நிகழவில்லை. 1931-ம் ஆண்டு லண்டனில் நடைபெற்ற வட்டமேசை மாநாட்டில் கலந்துகொண்டபோது சுமார் 32 பெட்டிகளில் அடங்கும் அளவுக்கு அவர் புத்தகங்களை வாங்கினார் என்பதை அறியும்போது, இந்தப் புரட்சி நெருப்புக்குப் புத்தக வாசிப்பு என்பது எவ்வளவு இன்றியமையாத ஒன்றாக இருந்தது என்பதைப் புரிந்துகொள்ள முடிகிறது.

1930-களில் மும்பையில் குடியமர்ந்த சில ஆண்டுகளுக்குப் பிறகு, தனது சேகரிப்பில் இருந்த புத்தகங்களைப் பத்திரப்படுத்துவதற்காகவே வீடொன்றைக் கட்டினார் அம்பேத்கர். அதுதான் 'ராஜகிரகம்'. அம்பேத்கர், புத்தகங்களை மட்டுமல்ல, புத்தனையும் நேசித்தவர். அதனால்தான் புத்தகங்களுக்காகத் தான் கட்டிய வீட்டுக்கு, பண்டைய புத்த சாம்ராஜ்யத்தின் பெயரைச் சூட்டினார்.

புத்தர் மீது அம்பேத்கருக்கு இருந்த ஈடுபாட்டைப் பற்றிப் பலருக்கும் தெரியும். அதுகுறித்துப் பல புத்தகங்களும் வந்துவிட்டன. ஆனால், புத்தகங்கள் மீது அம்பேத்கர் கொண்டிருந்த காதலைப் பற்றிப் பரவலாகத் தெரியாது. அந்தக் குறையைப் போக்கும்விதமாகச் சமீபத்தில் வெளியாகியிருக்கிறது 'டாக்டர் அம்பேத்கரின் புத்தக் காதலும் புத்தகக் காதலும்' எனும் நூல். திராவிடர் கழகத் தலைவர் கி.வீரமணி எழுதியிருக்கும் இந்நூலில், 'நூல்களை விழுங்கிய நுண்ணறிவாளர்' அம்பேத்கர், நமக்கு அறிமுகமாகிறார்.

அம்பேத்கர் வாழ்ந்த காலத்தில், ராஜகிரகத்தில் இருந்த மொத்த புத்தகங்களின் எண்ணிக்கை சுமார் 69 ஆயிரம் என்கிற செய்தி, நம்மை மலைக்க வைக்கிறது. அன்றைய ஆசியத் துணைக் கண்டத்தில், அம்பேத்கருடையதுதான் மிகப் பெரிய தனிநபர் நூலகமாக விளங்கியது என்பது குறிப்பிடத்தக்கது. இன்று, அவற்றில் பல நூல்கள், அவர் தொடங்கிய 'மக்கள் கல்விக் கழகத்திலும்', சித்தார்த்தா கல்லூரியிலும் இருக்கின்றன. அவற்றை அம்பேத்கரே நன்கொடையாக அளித்தார். அப்படியும்கூட, அம்பேத்கர் மறைந்த சமயத்தில் அவரது நூலகத்தில் சுமார் 35 ஆயிரம் புத்தகங்கள் இருந்ததாக 'இன்ஸைட் ஆசியா' என்ற புத்தகத்தை எழுதிய அமெரிக்கப் பத்திரிகையாளர் ஜான் குந்தர் பதிவுசெய்திருக்கிறார்.

இப்படிப்பட்ட அவரது நூலகத்தில், தமிழ்நாட்டிலிருந்து வெளியான இரண்டு புத்தகங்கள் இடம்பெற்றிருந்தன. ஒன்று, சென்னையில் பேராசிரியராகப்

பணியாற்றிய பி.லட்சுமி நரசு (அன்றைய காலனியாதிக்க தென்னிந்தியாவில், நவீன பவுத்த இயக்கத்தின் முன்னோடியாகச் செயல்பட்டவர்) எழுதிய 'தி எஸ்ஸென்ஸ் ஆஃப் புத்திசம்' (1907) எனும் புத்தகம். மற்றது, நாகர்கோவிலைச் சேர்ந்த வழக்கறிஞர் பி.சிதம்பரம் எழுதிய 'ரைட் ஆஃப் டெம்பிள் எண்ட்ரி' (1929) எனும் புத்தகம். அன்று அச்சில் இல்லாமல் போன முந்தைய புத்தகத்தை 'புத்த நெறி பற்றி வெளியான சிறந்த ஆங்கில நூல்' என்று கருதிய அம்பேத்கர், அதனுடைய மறுபதிப்புக்குத் துணைநின்றார். பிந்தைய புத்தகத்தைப் படித்த அம்பேத்கர், அதனுடைய ஆசிரியருக்குத் தன் கைப்பட கடிதம் எழுதி பாராட்டுத் தெரிவித்தார்.

இப்படிப் பல்வேறு தகவல்களைத் தாங்கி வந்திருக்கிறது கி.வீரமணியின் இந்தப் புத்தகம்.

அம்பேத்கருடைய படுக்கையில் எப்போதும் இரண்டு அல்லது மூன்று புத்தகங்கள் கிடக்கும். இரவு நெடுநேரம் கண் விழித்துப் படித்து, தனக்கே தெரியாமல் தான் கண்ணயரும்போது அவருடைய மார்பில் ஒரு புத்தகம் திறந்த நிலையில் கிடக்கும். இப்படி ஓய்வு ஒழிச்சலின்றிப் படித்த அம்பேத்கரிடம், அவரது நண்பர் நாம்தேவ் நிம்காடே ஒருமுறை, "இப்படிச் சலிப்படையாமல் வாசிக்கிறீர்களே, நீங்கள் இளைப்பாறவே மாட்டீர்களா?" என்று கேட்டபோது, அம்பேத்கர் சொன்ன பதில் இது: "எனக்கு இளைப்பாறுதல் என்பது ஒரு தலைப்பிலிருந்து வேறு ஒருவகையான, முற்றிலும் மாறான ஒரு புத்தகத்துக்கு மாறுவதுதான்!"

நூலக நேரம் முடிந்த பிறகும் படித்துக்கொண்டிருந்த அம்பேத்கரை,

பல சமயங்களில் அந்த நூலகங்களின் காவலாளிகள் வலுக்கட்டாயமாக வெளியேற்றிய நிகழ்வுகள் குறித்து நம்மில் சிலர் அறிந்திருக்கலாம். ஆனால், அம்பேத்கர் படிப்பாளியாக மட்டும் நின்றுவிடவில்லை. இந்தியாவில் 'நூலக அறிவியல்' என்ற துறையை முழுமையாகப் புரிந்துகொண்ட முதல் தொலைநோக்காளராகவும் மிளிர்ந்தவர்.

அவரது பார்வையில், நூலகம் என்பது புத்தகங்களைச் சேகரித்து வைக்கும் இடமாக மட்டுமல்லாமல், சாதி, மதம், இனம், மொழி போன்ற வித்தியாசங்களைக் கடந்து சகோதரத்துவத்தை வளர்க்கும் ஒரு சமூக அமைப்பாகவும் விளங்க வேண்டும் என்று விரும்பியவர். அதனால்தான் மகாராஷ்டிராவைச் சேர்ந்த சமூகச் சீர்திருத்தவாதியும் கல்வியாளருமான சர் ஃபெரோஸ்ஷா மேத்தாவின் நினைவாக அன்றைய மகாராஷ்டிர அரசு, அவருக்கு ஒரு சிலையை நிறுவ முடிவெடுத்தபோது, 'அந்தப் பணத்தைக் கொண்டு, அவரின் பெயரில் ஒரு நூலகத்தை நிறுவலாமே' என்று கொலம்பியா பல்கலைக்கழகத்திலிருந்து கடிதம் எழுதினார் அம்பேத்கர்.

புத்தகங்கள் ஏற்படுத்திய தாக்கம், வழங்கிச்சென்ற சிந்தனைகள் ஆகியவற்றின் அடிப்படையில் 'தி புத்தா அண்ட் ஹிஸ் தம்மா' எனும் மிகச் சிறந்த நூலை அம்பேத்கர் எழுதுகிறார். ஆனால், அதுதான் அவர் கடைசியாக எழுதிய புத்தகம் என்பது எவ்வளவு பெரிய சோகம்! அந்தப் புத்தகத்தின் பொருளடக்கம் மற்றும் உள்ளடக்கத்தின் மையம் ஆகியவற்றை எழுதி அன்றைய பிரதமர் ஜவாஹர்லால் நேருவுக்கு அனுப்பி, அந்தப் புத்தகத்தை வெளியிட நிதியுதவிசெய்யுமாறு கேட்டார் அம்பேத்கர். நேரு அந்தக் கடிதத்தை அன்றைய துணை ஜனாதிபதி சர்வபள்ளி ராதாகிருஷ்ணனுக்கு அனுப்ப, அவரோ அந்தப் புத்தகத்துக்கு நிதியுதவி கிடைக்காமல் செய்துவிட்டார். தலைசிறந்த படைப்புகள் எந்தத் தடையையும் தாண்டி வெளிவந்தே தீரும். அம்பேத்கரின் இறப்புக்குப் பின்னர் அந்தப் புத்தகம் வெளியானது. தன் வாழ்க்கை முழுவதும் வாழும் புத்தனாக வாழ்ந்த இந்தப் புத்தகனுக்கு ஒரு 'கெட்ட' பழக்கம் உண்டு. புத்தகத்தைக் காசு கொடுத்து வாங்கும் அவர், அதை யாருக்கும் கடன் கொடுக்கமாட்டார்!

ஜூரி
பத்திரிகையாளர்

அம்பேத்கர் தொடங்கிய அரசியல் இயக்கம்

இந்தியக் குடியரசுக் கட்சி, பி.ஆர்.அம்பேத்கரால் 1956-ல் தொடங்கப்பட்டது. குடியரசுக் கட்சியில் சேரும் உறுப்பினர்கள் அரசியலில் நுழைய பயிற்சிப் பள்ளியையும் அவர் ஏற்படுத்தினார். அவருடைய மறைவுக்குப் பிறகு அந்தப் பள்ளிக்கூடம் மூடப்பட்டது. முதல் அணியில் 15 மாணவர்கள் சேர்ந்தனர்.

குடியரசுக் கட்சி அமைப்புக்கு இரண்டு முன்னோடிகள் உள்ளன. சுதந்திரத் தொழிலாளர் கட்சி (ஐஎல்பி) என்ற அமைப்பை அம்பேத்கர் 1936-ல் தொடங்கினார். இந்தியாவின் பிராமணிய, முதலாளித்துவ அமைப்புகளை அந்த அமைப்பு எதிர்த்தது. சாதி அமைப்புகளைக் களைந்தெறிய வேண்டும் என்ற நோக்கத்துடன் தொடங்கப்பட்ட அந்த அமைப்பு, இந்திய உழைக்கும் வர்க்கத்தை ஆதரித்தது. ஐஎல்பி அமைக்கப்பட்டதை கம்யூனிஸ்ட் தலைவர்கள் ஆதரிக்கவோ வரவேற்கவோ இல்லை. 'இது உழைக்கும் வர்க்கத்தின் வாக்குகளைப் பிளந்துவிடும்' என்று அவர்கள் கருதினர். கம்யூனிஸ்ட் தலைவர்கள் தொழிலாளர்களின் உரிமைகளுக்காக உழைக்கிறார்களே தவிர ஒடுக்கப்பட்ட சமூகத்தைச் சேர்ந்த தொழிலாளர்களின் மனித உரிமைகளுக்காகப் பாடுபடவில்லை என்று அம்பேத்கர் அதற்குப் பதிலளித்தார்.

சுதந்திரத் தொழிலாளர் கட்சியை அடுத்து, ஒடுக்கப்பட்ட மக்களின்

உரிமைகளுக்காக 'பட்டியல் சாதிகளின் சம்மேளனம்' (எஸ்.சி.எஃப்) என்ற அமைப்பை 1942-ல் தொடங்கினார் அம்பேத்கர். மதறாஸ் மாகாணத்தைச் சேர்ந்த என். சிவராஜ் அதன் தலைவராகவும் பம்பாய் மாகாணத்தைச் சேர்ந்த பி.என்.ராஜ்போஜ் அதன் பொதுச் செயலாளராகவும் பொறுப்பு வகித்தனர். ஐஎல்பி, 1930-ல் தொடங்கிய டிசிஎஃப்பில் எது இந்திய குடியரசுக் கட்சியாக மலர்ந்தது என்பதில் சர்ச்சை உண்டு.

குடியரசுக் கட்சி, பலமுறை பிளவுபட்டிருக்கிறது. ஐம்பதுக்கும் மேற்பட்ட பிரிவுகள் 'குடியரசுக் கட்சி' என்ற பொதுப் பெயருடன் ஒரு நேரத்தில் இருந்தன. பிரகாஷ் அம்பேத்கரின் 'படிபா பகுஜன் மகாசங்' என்ற அமைப்பைத் தவிர பிற குடியரசுக் கட்சிகள், இந்தியக் குடியரசுக் கட்சி (ஐக்கியம்) என்ற பெயரில் இணைந்தன. அதிலிருந்து கவாய் தலைமையில் ஒரு பிரிவும் ராம்தாஸ் அதாவாலே தலைமையில் ஒரு பிரிவும் பிறகு பிரிந்துவிட்டன. பகுஜன் சமாஜ் கட்சியைத் தொடங்கிய கான்சி ராம், இந்தியக் குடியரசுக் கட்சியில் எட்டு ஆண்டுகள் செயல்பட்டவர்.

●

அண்ணலின் கருத்துலகம்

ஷங்கர்ராமசுப்ரமணியன்
பத்திரிகையாளர்

அம்பேத்கரின் கருத்துலகத்துக்கு வழிகாட்டி

இந்திய அரசமைப்புச் சட்டத்தை உருவாக்கியவர்; சாதியை ஒழிக்க இன்றும் இந்தியாவில் போராடிவரும் கோடிக்கணக்கான ஒடுக்கப்பட்ட மக்களின் போராட்டத்துக்கான அடையாள ஆளுமை; தொழிலாளர் உரிமைகளைப் பாதுகாத்தளித்தவர்; இருபதாம் நூற்றாண்டு இந்தியா கண்ட பேரறிஞர் என்ற பல அடையாளங்களைக் கொண்ட அம்பேத்கர் எழுதிய நூல்களின் முன்னுரைகள்தான் வாசுகி பாஸ்கர் தொகுத்திருக்கும் நூல். அம்பேத்கரின் கருத்துலகம், அவர் அக்கறையும் புலமையும் கொண்டிருந்த துறைகள், பார்வைகள், விமர்சனங்கள் ஆகியவற்றை உயிர்களாகக் கொண்ட பிரபஞ்சத்தைக் காண்பிக்கும் சிறு உலகங்களாக இந்தப் பத்து முன்னுரைகள் உள்ளன.

'சூத்திரர்கள் யார்' நூலின் முன்னுரையிலேயே இந்தியா என்னும் நவீன தேசத்தின் உருவாக்கத்தில் அம்பேத்கர் தனக்கு உருவகித்த விமர்சனபூர்வமான பாத்திரத்தைக் குறிப்பிட்டுவிடுகிறார். கற்றறிந்தவருக்கும் ஆய்வறிஞருக்கும் இடையில் என்ன வித்தியாசம் என்பதை அவர் சொல்கிறார். 'கற்றறிந்தவருக்கும் ஆய்வறிவாளருக்கும் மலைக்கும் மடுவுக்கும் உள்ள வேறுபாடு இருக்கிறது. முந்தையவர் வர்க்க உணர்வு கொண்டவர். தமது வர்க்க நலன்களில் கண்ணும் கருத்தும் கொண்டவர். பிந்தையவரோ கட்டறுந்தவர்; வர்க்க நோக்கங்களுக்கு அடிமையாகாமல்

ஊசலாடாமல் சுதந்திரமாகச் செயல்படக்கூடியவர்' என்று வால்டேர் உருவாகாமல் போனதற்கான சூழலைக் குறிப்பிடுகிறார்.

சாதியைக் காக்கும் அறிவு, வர்க்கத்தைக் காக்கும் அறிவு, ஏற்றத்தாழ்வைக் கேள்வி கேட்காத அறிவு, அநீதியைக் கண்டும் காணாமலும் இருக்கும் அறிவு, தனது நலனை, தனது தரப்பை மட்டுமே மையமாகக் கொண்ட அறிவும் அறிவாளிகளும் இன்றும் நிலவும் சூழ்நிலையில் அம்பேத்கர் ஆய்வறிஞர் என்று தான் உருவகித்த இலக்கணத்துக்குப் பொருத்தமானவராக, விமர்சனக் கூர்மையோடு தனியாகத் தனிமையாக இயங்கியிருக்கிறார். அம்பேத்கர் இறந்து கால் நூற்றாண்டு ஆன பிறகு, பெரும் முயற்சிகளுக்குப் பிறகே அவரது எழுத்துகளை முறையாகத் தொகுக்கும் பணி இந்தியாவில் தொடங்கப்பட்டது என்பதும், இன்னமும் அவரது மொத்த எழுத்துகள், உரைகளைப் பதிப்பிக்கும் பணி பூர்த்தியடையவில்லை என்பதுமே அதற்குச் சான்று.

மக்களை வர்ணங்களாக, சாதிகளாகப் பிரித்து இந்தியச் சமூகத்தை ஆக்கியதோடு, அதில் ஏற்றத்தாழ்வுகளையும் கொடூரங்களையும் தீண்டாமையையும் தாழ்ச்சியையும் பாராட்டிய இந்து மதம், இந்தியச் சமூக உருவாக்கம், வரலாறு ஆகியவற்றை ஆய்ந்து விமர்சிப்பதுதான் இந்த நூலில் தொகுக்கப்பட்டுள்ள பெரும்பாலான முன்னுரைகளின் உள்ளடக்கமாகும். மனிதர்கள் சக மனிதர்களை அடக்கவும் ஒடுக்கவும் உருவாக்கிய சமூகவியல் உண்மை, உயிரியல் உண்மையாகப் புரட்டப்பட்ட வரலாற்றுரீதியான மோசடியை ஒரு வழக்கறிஞராகவும் நிபுணத்துவம் கொண்ட அறுவைச் சிகிச்சை நிபுணராகவும் கவிஞராகவும் வாதாடி, பகுத்தாய்ந்து, அழகான உவமைகளால் விளக்குகிறார் அம்பேத்கர். கதே, வால்டேர், டாக்டர் ஜான்சன், பவபூதி, ஆர்னால்ட் டாயின்பீ, பழமொழிகள் எனத் தனது வாதங்களுக்கு எடுத்தாளும் அறிஞர்களும் கூற்றுகளும் அம்பேத்கரின் எழுத்தை வாசிப்பவனுக்குச் சமத்காரம் மற்றும் சாகச உணர்வையும் ஏற்படுத்துபவை.

'தீண்டப்படாதோர் யார்?' நூலுக்கான முன்னுரையில் தீண்டாமை தோன்றிய சூழலை ஆராய்வதற்காகத் தான் மேற்கொள்ளும் முறைமையில் கற்பனையும் அனுமானமும் முக்கியப் பங்காற்றாமல் இருக்க முடியாது என்று கூறுகிறார். தனது நூலை வரலாற்றுப் படைப்பு என்று கூறுவதைவிடக் கலைப் படைப்பு என்று கூறுவதுதான் பொருத்தம் என்ற வாதத்தை வைக்கிறார். 'இந்தப் பணி சிதறிக் கிடக்கும் எலும்புகளையும் பற்களையும் கொண்டு மரபற்றழிந்துபோன ஒரு தொன்மைக் கால விலங்கை உருவகித்துக் காணும் ஒரு புதைபடிவ ஆய்வாளரின் பணியைப் போன்றது' என்று தனது பணியை உருவகிக்கிறார்.

அத்துடன் இந்த முன்னுரையில், யூதர்களுக்கு நடந்த கொடூரங்களும்,

கறுப்பினத்தவர்கள் மீது நிகழ்த்தப்படும் நிறவெறியும் உலகளவில் கவனத்தை ஈர்த்த நிலையில், இந்தியாவில் நிலவும் தீண்டாமையும் ஒடுக்கப்பட்ட மக்கள் சந்திக்கும் கொடுமைகளும் ஐரோப்பிய அறிஞர்களின் கண்களில் படவில்லை என்பதையும் குறிப்பிடுகிறார்.

அவர் வாழ்நாள் முழுக்கத் தொடர்ந்து வெவ்வேறு துறைகள், உள்ளடக்கங்கள், பிரச்சினைகள் தொடர்பில் எழுதிக்கொண்டே இருந்திருக்கிறார் என்பதை முன்னுரைகளை வாசிக்கும்போது உணர முடிகிறது. ஒரு விஷயம் குறித்துத் தற்போது எழுதுவதற்கான காரணத்தைக் குறிப்பிடும்போது வேறு வேலைகளைச் செய்ய வேண்டியிருந்ததையும் அவற்றின் அழுத்தத்தையும் களைப்போடு குறிப்பிடுகிறார்.

'சாதியை அழித்தொழித்தல்' புத்தகத்துக்கான முன்னுரை அனைவரும் படிக்க வேண்டியது. ஜாத் - பட் - தோடக் மண்டல் என்னும் இந்து சீர்திருத்த அமைப்பின் வருடாந்திரக் கருத்தரங்கு ஒன்றுக்குத் தலைமையேற்க அம்பேத்கர் இசைவு தெரிவித்து, தலைமையுரை ஆற்றுவதற்காக எழுதிய உரைதான் அந்த நூல். ஆனால், அந்த உரையின் உள்ளடக்கங்களுடன் அந்த நிகழ்ச்சியை ஒருங்கிணைத்தவர்களுக்கு முரண்பாடு ஏற்பட்டதால் ஆற்றப்படாமல்போன உரை அது. அந்த உரைதான் 'சாதியை அழித்தொழித்தல்' நூல். அதற்கு எழுதப்பட்ட முன்னுரையைப் படிக்கும்போது, அம்பேத்கர் தனது கருத்துகள், செயல்பாடுகளுக்காகத் தனது வாழ்நாளில் சந்தித்த எதிர்ப்புகளையும் தணிக்கையையும் நஷ்டங்களையும் புரிந்துகொள்ள முடிகிறது.

எத்தனையோ ஜனநாயக உரிமைகளும், சமூக நீதியும் வென்றெடுக்கப்பட்டதாக நாம் நம்பிய இன்றைய காலகட்டத்தில் திரும்பவும் சாதிய, மதவாத, இனவாதப் போக்குகளும் முரண்பாடுகளும் மோதல்களும் திரும்ப உருவெடுத்திருக்கும் நிலையில், இந்தியச் சமூகத்தை முழுமையாகப் புரிந்துகொள்வதற்கான முயற்சிக்குத் துவக்கமாகத் திகழும் நூல் இது.

க.வீரபாண்டியன்

இந்திய ஆட்சிப்பணித்துறை அதிகாரி

அம்பேத்கரைச் சரியாக வாசிப்பது எப்படி?: மேதைமையை முழு அளவில் வெளிக்கொணர்வதற்கான முயற்சி!

அம்பேத்கர் தன் வாழ்நாளில் சாதித்த பட்டியல் சாதி மக்களின் அணிதிரட்டல் ஒடுக்கப்பட்டோர் வரலாற்றில் முக்கியமான கட்டமாகும். ஆனாலும் அவரின் இறப்பிற்குப் பின்னால் அவருடைய நூற்றாண்டு பிறந்தநாள் விழாக் கொண்டாட்டங்களின் போதுதான் பட்டியல் சாதி மக்களின் அணிதிரட்டல் பெரிய அளவில் சாத்தியமானது. அதற்கு முக்கியக் காரணம், அவரின் எழுத்துகளும் பேச்சுகளும் அப்போதுதான் பெரிய அளவில் மக்களைச் சென்றுசேர்ந்தன. அவற்றில் முதன்மையானது வசந்த் மூனின் கடும் உழைப்பாலும், மஹாராஷ்டிரா மாநில அரசின் நல்ல முடிவாலும் வெளியிடப்பட்ட 'பாபாசாஹேப் அம்பேத்கரின் எழுத்தும், பேச்சும்' நூல் தொகுதிகள்.

இன்றைக்கும் அரசியல், சமூகவியல், மானுடவியல், தத்துவம், சட்டம், சமயம் என்று அந்தந்தத் துறைகளில் சிறப்பான ஆய்வு நூல்களாகக் கொண்டாடப்படக்கூடிய தகுதியை அவரின் நூல்கள் பெற்றிருந்தபோதிலும், அந்தச் சிறப்பைப் பெறவில்லை என்பது வருத்தத்திற்குரிய உண்மை. அரசியல் களத்தில் நிகழ்த்தப்படும் தீண்டாமைக் கொடுமை அறிவுத்துறைகளிலும் நெடுங்காலமாகத் தொடருகிறது. இது இந்த நாட்டின் ஒட்டுமொத்த வளர்ச்சிக்கும், இந்தியச் சமூகத்தின் மேன்மைக்கும் ஏற்படும் பேரிழப்பு.

முன்னோடி பெருமுயற்சி

மஹாராஷ்டிரா அரசு 1976-ல் அந்த மாநிலக் கல்வி அமைச்சர் தலைமையில் அமைக்கப்பட்ட ஆலோசனைக்குழு, அம்பேத்கரின் எழுத்துக்களையும், உரைகளையும் தொகுத்து வெளியிடுவதற்காக வசந்த் மூனை சிறப்பு அதிகாரியாக நியமித்து 'பதிப்புக்குழு' ஒன்றை ஏற்பாடு செய்தது. இந்த பதிப்புக் குழுதான் 1979 தொடங்கி இன்று வரை 22 தொகுதிகளை வெளியிட்டுள்ளது. இவை தமிழில் மொழிபெயர்க்கப்பட்டு 37 தொகுதிகளாக வெளிவந்துள்ளன. அம்பேத்கர் பவுண்டேஷன் வெளியிட்டுள்ள இந்த நூல்கள், நியூ செஞ்சுரி புத்தக நிறுவனத்தால் விற்பனை செய்யப்பட்டுவருகிறது.

மஹாராஷ்டிரா மாநில அரசாங்கத்தின் உதவியுடன் வசந்த் மூன் வெளியிட்டதை இந்த நாட்டுக்கு அளித்த மிகப்பெரும் அறிவுக்கொடை என்றே போற்ற வேண்டும். அதே வேளையில், இந்தத் தொகுதிகளில் உள்ள சில குறைபாடுகளை நாம் எளிதில் கடந்துசென்றுவிட முடியாது. அது அம்பேத்கரின் மேதைமையை முழு அளவில் வெளிக்கொணர்வதற்கான முயற்சியின் ஒரு பகுதியே. அம்பேத்கரின் சிந்தனைகளை அறிந்துகொள்வதற்கு எல்லோரும் நாடும் மூல நூல்களாக இந்த 22 ஆங்கிலத் தொகுதிகளும் உள்ளதால், இதனை முறைப்படுத்தி மறுபடியும் தொகுக்க வேண்டிய தேவை இருக்கிறது. அது எப்படிப்பட்ட முறைப்படுத்தலாக இருக்க வேண்டும் என்பதே நம் முன்னால் உள்ள சவால்.

குலைந்து கிடக்கும் தொகுப்புகள்

அம்பேத்கரின் எழுத்துக்களையும், உரைகளையும் எப்பாடுபட்டாவது வெளியுலகுக்குத் தெரியப்படுத்த வேண்டும் என்ற லட்சியத்தோடு செய்த பணி என்பதால் கிடைத்தவற்றை எல்லாம் முதலில் வெளியிட்டுவிட்டனர். அவற்றை முறைப்படுத்தி வெளியிட வேண்டும் என்ற எண்ணம் அப்போதைக்கு உடனடித் தேவையாக இல்லாமல் போனதில் எந்தத் தவறும் இல்லை. ஆனால் அனைத்துத் தொகுதிகளும் வெளியிடப்பட்ட நிலையில், அவரின் எழுத்துக்களை, உரைகளை அடுத்த கட்டத்துக்கு, எடுத்துச்செல்ல வேண்டிய கடமை இருக்கிறது.

அவற்றைக் காலவரிசையாகவும், பொருள்வாரியாகவும் முறைப்படுத்த வேண்டியது இன்றைய காலக்கட்டத்தின் தேவையாயிருக்கிறது. ஒரே பொருள் பற்றி அம்பேத்கர் பேசிய பேச்சுக்கள் அல்லது எழுதிய எழுத்துக்கள் இந்த தொகுதிகளில் அங்கொன்றும், இங்கொன்றுமாக சிதறிக் கிடப்பதால், அந்தக் குறிப்பிட்ட பொருளைப் பற்றி அம்பேத்கரின் பார்வை என்ன என்பதை அறிந்துகொள்வதில் சிரமம் ஏற்படும்.

எடுத்துக்காட்டாக, அவர் பொருளாதாரம் தொடர்பாகப் பேசியவை,

எழுதியவை அனைத்தும் பல்வேறு தொகுதிகளில் பரவிக்கிடக்கின்றன. இதனால், தொடர்ச்சியாக வாசித்து அம்பேத்கரின் பொருளாதாரச் சிந்தனைகளை முழுமையாகத் தெரிந்துகொள்ள முடிவதில்லை. மேலும், 1915லிருந்து 1956 வரை அம்பேத்கரின் பொருளாதாரம் பற்றிய சிந்தனைப்போக்கு எவ்வாறு உருப்பெற்று வளர்கிறது என்பதை ஒருவர் தெளிவாகக் கண்டுணர முடிவதில்லை. இந்தக் குறைகளைக் களைய வேண்டுமென்றால், பொருளாதாரம் பற்றிய அவரின் ஆய்வு நூல்களையும், ஆய்வுக் கட்டுரைகளையும், சிந்தனை தெறிக்கும் உரைகளையும் தொடர்ச்சியான தொகுதிகளாகத் தொகுக்க வேண்டியது அவசியம்.

பகுதி வகைப்படுத்தலின் தேவை

காலவரிசை முறைப்படுத்துதலில் எவருக்கும் கருத்து மாறுபாடு வருவது மிக அரிது. ஆனால், ஒரே கட்டுரையிலும், உரையிலும் பல்வேறு பொருள் பற்றி கருத்துக்கள் இருக்கலாம். அதுதான் அவரின் அறிவின் வீச்சு. அம்பேத்கரை வாசிக்கும் ஒவ்வொருவருக்கும் வகைப்படுதலைப் பற்றி பல்வேறு விதமான அணுகுமுறைகள் இருக்கலாம். இந்த வகைப்படுத்தல்கள் அம்பேத்கரின் எழுத்துக்களிலும், உரைகளிலும் முதன்மையானதாக அல்லது பெரும்பான்மையாக விவாதிக்கப்படும் பொருளின் அடிப்படையிலும் அனைவரும் எளிதாக அடையாளம் கண்டுகொள்ளும் வகையில் செய்யப்பட வேண்டும்.

அரசியல், சமூகம், பொருளாதாரம், சட்டம், மானுடவியல், சமயம் என்ற இந்த ஆறு பொருள்களில் செய்யப்பட்டுள்ள வகைப்படுத்தல்களை மறுபடியும் பகுதி வகைப்படுத்தல் செய்யப்பட வேண்டும். எடுத்துக்காட்டாக, சமூகம் என்னும் பொருளின் அடிப்படையில் உள்ள உரைகளை சாதியமைப்பு, தீண்டாமை, கல்வி, பெண் விடுதலை என்று வகைப்படுத்த வேண்டும். அந்த வகைப்படுத்தல் காலவரிசையில் அமைய வேண்டும்.

எடுத்துக்காட்டாக, சமூகம் என்னும் பொருளின் அடிப்படையில் உள்ள உரைகளில் சாதியமைப்பு மற்றும் தீண்டாமை குறித்து அம்பேத்கர் 13 உரைகள் நிகழ்த்தியிருக்கிறார். அவற்றை ஆண்டு, மாதம், தேதி வாரியாக வரிசைப்படுத்தித் தந்தால் வாசிப்போர் சாதியம் மற்றும் தீண்டாமை குறித்து அம்பேத்கர் தன் வாழ்நாள் முழுக்கச் சொல்லிய அனைத்து கருத்துக்களையும் எளிதில் உள்வாங்கிக்கொள்ள வசதியாக இருக்கும்.

அந்த அடிப்படையில் அம்பேத்கரின் எழுத்துக்களையும் உரைகளையும் கால வரிசையிலும், பொருள் வரிசையிலும் தொகுத்துவருகிறேன். இந்த முறைப்படுத்தலின் மூலம் அம்பேத்கரியத்தை சரியான திசையில் எளிதில் புரிந்துகொள்ள முடியும்.

பீம்ராவை செதுக்கியவர்கள்

இரா.வினோத்
பத்திரிகையாளர்

அன்னை ரமாபாய்:
பீம்ராவை அம்பேத்கராக மாற்றியவர்

கோடிக்கணக்கான ஒடுக்கப்பட்டோரின் இதயங்களில் ஒளிவிளக்காக வாழ்பவர் பாபாசாகேப் அம்பேத்கர். அந்த விளக்குக்குத் தன்னையே எண்ணெயாக உருக்கிக்கொண்டவர் அவரின் மனைவி ரமாபாய். தீராத வறுமையிலும், நெடிய பிணியிலும், அடுத்தடுத்துப் பிள்ளைகளைப் பறிகொடுத்த நிலையிலும், தன் மரணவேளையிலும்கூட 'அம்பேத்கர்' என்ற லட்சியவாதிக்குத் தடையாக இருக்காமல், அவருக்காகத் தன் வாழ்வையே தியாகம் செய்திருக்கிறார்.

அதனால்தான் அம்பேத்கர் 'பாகிஸ்தான் பற்றிய சிந்தனைகள்' என்ற நூலை ரமாபாய்க்குச் சமர்ப்பித்து, 'பீம்ராவாக இருந்த என்னை டாக்டர் அம்பேத்கராக மாற்றியவர்' என்று நன்றியோடு நினைவுகூர்ந்திருக்கிறார். தான் வாசிக்கும் அறைக்கும் அவரின் பெயரையே சூட்டியிருக்கிறார்.

அம்பேத்கரின் வாழ்க்கை வரலாற்று நூல்களில் ரமாபாய் குறித்த தகவல்கள் அரிதாகவே கிடைக்கும் நிலையில், தலித் பேந்தர்ஸ் அமைப்பின் நிறுவனர்களில் ஒருவரான ஜே.வி.பவாரும் (தமிழில் பா.பிரபாகரன்), மராட்டிய எழுத்தாளர் பேபி காம்ப்ளேவும் (தமிழில் இறையடியான்) எழுதிய நூல்கள் சற்று விரிவான தகவல்களை அளிக்கின்றன.

வறுமையே வாழ்வு

மஹாராஷ்டிரத்தில் உள்ள வனாட் கிராமத்தில் 7.2.1897 அன்று ரமாபாய் பிறந்தார். நிலமற்ற கூலித் தொழிலாளியான ரமாபாயின் தந்தை தத்ரேவின் குடும்பத்தை எல்லா பக்கமும் வறுமை சூழ்ந்திருந்தது. தொபாத் கடலில் ஒடுக்கப்பட்ட மக்களுக்கு மீன் பிடிக்க அனுமதி மறுக்கப்பட்டதால், தத்ரே கடற்கரையில் சுமை தூக்கும் வேலை செய்தார். சிறுவயதிலேயே தாயை இழந்த ரமாபாய், அடுத்த சில ஆண்டுகளில் தந்தையையும் இழந்தார். அதனால், ராமாபாயை அவரது தாய்மாமா பம்பாய்க்கு அழைத்துச் சென்று வளர்த்தார். பீம்ராவ் அம்பேத்கரும் சிறுவயதிலே தாயை இழந்து தந்தை சுபேதார் ராம்ஜி சக்பாலின் அரவணைப்பில் வளர்ந்தார்.

சுபேதார் தன் மகனுக்குத் திருமணம் செய்துவைக்கப் பெண் தேடியபோது, ரமாபாயின் அமைதியான குணம் அவருக்குப் பிடித்துப்போனது. இரு குடும்பங்களும் ஏழ்மையில் இருந்ததால் பைகுலா மீன் மார்க்கெட்டையே மணமேடையாக மாற்றி 04.04.1906 அன்று பீம்ராவுக்கும் ரமாபாய்க்கும் திருமணத்தை நடத்திவைத்தார். பீம்ராவை நன்றாகப் படிக்க வைக்க வேண்டும் என்பதை லட்சியமாகக் கொண்டிருந்த சுபேதார், அதனைத் தன் மருமகளிடமும் உறுதியாகக் கூறினார். இதனால், குடும்ப பாரம் அனைத்தையும் தானே சுமந்து, பீம்ராவ் படிப்பு கெடாமல் பார்த்துக்கொண்டார் ரமாபாய். பீம்ராவ் தான் படித்ததுடன் ரமாபாயும் படிக்க வேண்டும் என நினைத்து, அவருக்கு எழுதப் படிக்கக் கற்றுக்கொடுத்தார்.

சாணி அள்ளிய பொழுதுகள்

சுபேதார், ரமாபாயின் ஒத்துழைப்பால் அம்பேத்கர் மெட்ரிக் தேர்வில் 'மகர்' சாதியில் முதல் ஆளாக வெற்றிபெற்றார். சுபேதாரின் மறைவுக்குப் பின் குடும்பம் வறுமையின் கோரப் பிடிக்குள் சிக்கியது. ஆனாலும், ரமாபாய் தன் கணவரின் லட்சியங்களுக்காகக் கிழிந்த சேலையுடன் கூலி வேலை தேடி அலைந்தார். பல இரவுகளைப் பட்டினியோடு கடந்தார். அவர் வெளிநாட்டில் டாக்டர் பட்டங்களும், பாரிஸ்டர் பட்டமும் பெற்ற காலத்தில் ரமாபாய் சாலையோரங்களில் சாணி அள்ளிக்கொண்டிருந்தார்.

'புருஷன் வெளிநாட்டில் பாரிஸ்டராக இருக்கிறார். இவள் இங்கு கூலி வேலைக்குச் செல்கிறாள். மைல் கணக்கில் விறகு சுமக்கிறாள். சாணி அள்ளுகிறாள். இதெல்லாம் இவளுக்குத் தேவையா?' என அக்கம்பக்கத்தினர் ஏசினர். இதனால் ரமாபாய் ஊரார் விழிப்பதற்கு முன்பாகவே அதிகாலையில் எழுந்துசென்று சாணி அள்ளிவருவார்.

சாகேப்பின் லட்சியமே முக்கியம்

அம்பேத்கர் லண்டனில் 'ரூபாயின் சிக்கல்' ஆய்வேட்டை எழுதிய

தருணத்தில், பிள்ளைகளுக்குப் பால் வாங்கவும் மருந்து வாங்கவும் ரூபாய் இல்லாமல் ரமாபாய் தவித்திருக்கிறார். அந்தச் சமயத்தில் அம்பேத்கர், 'கங்காதர் எப்படி இருக்கிறான்? அவனை வங்கிக்கு அழைத்துச் சென்று வங்கி சார்ந்த பணிகளைக் கற்றுக்கொடு' என ரமாபாய்க்குக் கடிதம் எழுதுகிறார். அதற்கு இவர், 'கங்காதர் நலமாக இருக்கிறான். அவனை வங்கிக்கு அழைத்துச்சென்றேன். சிறப்பாகக் கற்றுக்கொள்கிறான்' என்று பதில் அனுப்பினார்.

படிப்பு முடிந்துவந்த அம்பேத்கர், 'கங்காதர் எங்கே?' எனக் கேட்டபோது, 'ஓராண்டுக்கு முன்பே இறந்துவிட்டான்' என ரமாபாய் கதறினார். குழந்தையின் மரண செய்தியைக் கூறினால், அம்பேத்கர் படிப்பைப் பாதியிலேயே நிறுத்திவிட்டு வந்துவிடுவார் என்பதால், அந்தப் பெருந்துயரத்தை ரமாபாய் தனக்குள் புதைத்துக்கொண்டிருக்கிறார். வறுமையின் கொடுமைக்கு கங்காதர், ரமேஷ் என அடுத்தடுத்து 4 பிள்ளைகள் இறந்துபோனார்கள்.

மாமிச உணவும் தங்க வளையலும்

அம்பேத்கர் தன் தந்தையின் நினைவு தினத்தில் பம்பாய் விடுதி மாணவர்களுக்கு மாமிச உணவு பரிமாற விரும்பினார். மத நம்பிக்கை

கொண்ட ரமாபாய், 'நினைவு நாளுக்கு மாமிச உணவு பரிமாறலாமா?' என்று தயங்கினார். அதற்கு அம்பேத்கர், 'விடுதியில் தங்கியிருக்கும் மாணவர்கள் மாமிச உணவு சாப்பிட்டு நீண்ட காலமாகியிருக்கும். அவர்களுக்கு மாமிச உணவு வழங்கினால், எனது தந்தை கோபித்துக்கொள்ள மாட்டார். மாறாக மகிழ்ச்சி அடைவார்' என்று கூறினார். அம்பேத்கரின் நோக்கத்தைப் புரிந்துகொண்ட ரமாபாய், தனது திதி விரதத்தைக் கைவிட்டு, மாணவர்களுக்கு மாமிச உணவு சமைத்துக் கொடுத்திருக்கிறார். ரமாபாயின் உடல்நிலை பாதிக்கப்பட்டிருந்த சமயத்தில் தார்வாடில் இருந்த பி.ஹெச்.வாரலே வீட்டில் ஓய்வெடுத்தார். அப்போது பி.ஹெச்.வாரலே நடத்திய மாணவர் விடுதிக்கு அரசின் மானியம் கிடைக்காததால், மாணவர்கள் பட்டினி கிடக்கும் நிலை ஏற்பட்டது. ரமாபாய், உடனடியாகத் தனது கையில் இருந்த 12 கிராம் தங்க வளையல்களை அடகு வைத்து விடுதி மாணவர்களின் பசியை ஆற்றினார்.

ரமாபாயின் முதல் பேச்சு

வட்டமேஜை மாநாட்டில் அம்பேத்கரின் செயல்பாட்டுக்குப் பெரும் வரவேற்பு கிடைத்தது. இதனால் பம்பாய் துறைமுகத்தில் ஆயிரக்கணக்கானோர் திரண்டு, அவரை வரவேற்று மாலை அணிவித்தனர். அனைவரும் அவருக்கு மாலை அணிவிப்பதைக் கண்குளிரப் பார்த்த ரமாபாய், கடைசியாக சாகேபுக்கு மாலை அணிவித்தார். அந்த மேடையில் முதன்முதலாக ரமாபாய் பேசும்போதும், பின்னர் ஒய்.எஸ்.ஹொங்கலின் வீட்டில் நடந்த மகளிர் கூட்டத்தில் பேசும்போதும் ஒடுக்கப்பட்டோரின் விடுதலை குறித்தே பேசியதாக 'ஜனதா' இதழில் வெளியாகியுள்ளது.

இந்தியாவிலேயே அம்பேத்கருக்குத்தான் அதிக சிலைகள் வைக்கப்பட்டிருப்பதாகப் புள்ளிவிவரங்கள் கூறுகின்றன. அந்தச் சிலைகள் நிற்கும் காலமெல்லாம் ரமாபாயும் நிலைத்திருப்பார்!

●

ம.சுசித்ரா
பத்திரிகையாளர்

ஜான் டூயி: அம்பேத்கரை செதுக்கிய ஆசிரியர்

தன்னுடைய ஆத்மார்த்த நண்பர்களையும் ஆசானையும் சந்திக்க 1952-ல் அமெரிக்காவுக்கு அம்பேத்கர் சென்றிருந்தபோது, பேராசிரியர் ஜான் டூயி இறந்துவிட்டிருந்தார். இந்தச் சம்பவம் அம்பேத்கரை மிகவும் வாட்டியது. ஆசானின் பேரிழப்பிலிருந்து மீள முடியாமல் தன்னுடைய மனைவி சவிதாவுக்குக் கடிதம் எழுதினார்: "அமெரிக்காவில் உதவ என்னைச் சுற்றிலும் பழைய சிநேகிதர்கள் அநேகம் பேர் இருக்கிறார்கள். நானோ பேராசிரியர் டூயியைச் சந்திக்கவே புறப்பட்டேன். ஆனால், அமெரிக்காவை நோக்கி நான் விமானத்தில் பறந்துகொண்டிருந்தபோது, ரோம் நகரை விமானம் அடைந்திருந்தபோதே ஆசானின் உயிர் ஜூன் 2-ம் தேதி அன்று பிரிந்துவிட்டது. வேதனையில் ஆழ்ந்திருக்கிறேன். என்னுடைய அறிவார்ந்த வாழ்க்கையை அவருக்கே சமர்ப்பிக்கிறேன். அற்புதமான மனிதராக வாழ்ந்தவர்."

நியூயார்க் நகரில் உள்ள கொலம்பியா பல்கலைக்கழகத்தில் அம்பேத்கர் முதுநிலை அரசியல் அறிவியல் பட்டப் படிப்பைப் (1913-1916) படித்துக்கொண்டிருந்த காலத்தில், "எதிர்பாராமல் பேராசிரியர் டூயி மரணமடைய நேரிட்டால் அவர் இதுவரை நிகழ்த்திய அத்தனை விரிவுரைகளையும் என்னால் பிசகின்றிப் பேச முடியும்" என்றே தன்னுடைய

வகுப்புத் தோழர்களிடம் கூறியதுண்டு. அந்த அளவுக்கு அம்பேத்கர் மீது மகோன்னத தாக்கத்தைச் செலுத்தியவர் பேராசிரியர் ஜான் டூயி. “என்னுடைய ஆசான் பேராசிரியர் ஜான் டூயி. அவருக்கு நான் பெரிதும் கடமைப்பட்டிருக்கிறேன்” என்றும், “வாழ்க்கையில் எனக்குக் கிடைத்த உன்னதமான நண்பர்கள் கொலம்பியா பல்கலையில் என்னுடன் படித்த சில சக மாணவர்களும் ஜான் டூயி, ஜேம்ஸ் ஷாட்வெல், எட்வின் செலிக்மான், ஜேம்ஸ் ஹார்வே ராபின்சன் ஆகிய அற்புத ஆசான்களும்தான்” என்றும் அம்பேத்கர் ‘ஜாதியை அழித்தொழிக்கும் வழி’ புத்தகத்திலும் தன்னுடைய உரைகளிலும் குறிப்பிட்டிருக்கிறார்.

புரட்டிப்போட்ட ஆய்வுக்கூடப் பள்ளி!

சட்டமேதை, பொருளாதார நிபுணர், புரட்சிகர அரசியலர் அம்பேத்கரைச் செதுக்கியவர் ஜான் டூயி (1859 அக்டோபர் 20). அறிவுச்சுடராகத் திகழ்ந்த அம்பேத்கர் மீது மிகப் பெரிய தாக்கத்தை டூயி ஏற்படுத்தக் காரணம், அவர் ஏட்டுச் சுரைக்காயைப் புகட்டிய வழக்கமான ஆசிரியர் அல்லர் என்பதுதான்.

அதுவரை பிரதிநிதித்துவ ஜனநாயகம் குறித்து மட்டுமே அறிந்திருந்த அம்பேத்கருக்குப் பங்கேற்பு ஜனநாயகத்தின் முக்கியத்துவத்தை டூயி உணர்த்தினார். ஜனநாயகம் என்பதை மக்களாட்சி என்பதாக அரசியல் தளத்தோடு சுருக்கிவிடக்கூடாது. சமூக பொருளாதார அமைப்பில் ஜனநாயகத்தன்மையை அமல்படுத்துவதே விடுதலைக்கு வழிகோலும் என்கிற சிந்தனையை ஊட்டினார். ‘நடைமுறையியல்’ (*Pragmatism*) என்ற தத்துவக் கோட்பாடு, செயல்பாட்டு உளவியல் ஆகியவற்றைக் கட்டமைத்தார். அதைவிடவும் அவருக்குப் பெயரும் புகழும் வாங்கித் தந்தது அவர் முன்வைத்த, நடைமுறைப்படுத்திய கல்விச் சிந்தனைகளே. ‘அனுபவபூர்வமான கல்வியின் நவீனத் தந்தை’ என்று வாஞ்சையோடு டூயி அழைக்கப்படக் காரணம் 124 ஆண்டுகளுக்கு முன்பே அவர் சிகாகோ நகரில் தோற்றுவித்த ‘ஆய்வுக்கூடப் பள்ளி’ (*Laboratory School*). 1896-ல் சிகாகோ பல்கலைக்கழகத்துடன் இணைந்து ‘ஆய்வுக்கூடப் பள்ளி’யை டூயி நிறுவினார். சிகாகோவை விட்டு டூயி வெளியேறும் சூழல் ஏற்பட்டதால், அந்தப் பள்ளி 1904-ல் மூடப்பட்டது. வெறும் எட்டு ஆண்டுகள் மட்டுமே செயல்பட்டாலும் அதில் அவர் நடைமுறைப்படுத்திய கல்விச் சிந்தனைகள் உலகம் எங்கும் பரவின. சொல்லப்போனால் இவற்றைக் கொடுத்தது டூயிதான் என்று அறியாமலே அவருடைய பல கல்வி சிந்தனைகளை நாம் பின்பற்றிவருகிறோம்.

உதாரணத்துக்கு, “பள்ளிக்கூடத்தில் மாணவர்களுக்கு தகவல்களைச் சேகரிப்பதற்கான வசதி ஏற்படுத்தித் தரப்படுகிறது. ஆனால், அதை நடைமுறைப்படுத்துவதற்கான ஆற்றலை மாணவர்கள் இழந்துவிடுகிறார்கள். இந்நிலையில் பள்ளி என்பது, அவரவர் சமூகத்தில் நிகழும் அன்றாட

நிகழ்வுகளில் பங்கேற்கும் சமூக மையமாக மாற்றப்பட வேண்டும். அதேநேரத்தில், பழங்காலத்தின் கட்டுப்பெட்டித்தனங்களை அது உதிர்த்துவிட்டுச் செயல்பட வேண்டும்'' என்றார் டூயி.

சமூகமும் பள்ளியும் இணைய!..

கல்வி வணிகமயமாவதைக் கடுமையாக டூயி எதிர்த்தார். எதிர்காலத்தை மனத்தில் வைத்து குழந்தைமையைப் பறித்தல் கல்வி அல்ல என்றார். வயதுவந்தோரின் மறுவடிவமாகக் குழந்தைகளை நடத்தக் கூடாது. குழந்தைகளுக்கு உரிமைகள் உள்ளன. அவர்களுடைய போக்கிலேயே அனுமதித்தாலே வளரிளம் பருவத்தில் தனித்தன்மையைக் கண்டுகொள்ள முடியும் என்றவர் 'செயல்திட்ட வழிமுறை' (Project method) என்ற திட்டத்தையும் முன்மொழிந்தார்.

இதன்படி, 6 அல்லது 7 வயதுக் குழந்தைகளின் தனித்துவத்தையும் விருப்பத்தையும் கண்டறிய அவர்கள் முன்பாக வெவ்வேறு தொழில்கள் சார்ந்த பொருட்களை வைக்கும்படி பரிந்துரைக்கிறார். உதாரணத்துக்கு, ஒரு குழந்தை 'நூல்கண்டை' தேர்ந்தெடுக்கிறது என்றால், அதற்குப் பருத்தி எப்படி விளைவிக்கப்படுகிறது, பின்னர் நூலாக எப்படித் தயாரிக்கப்படுகிறது, நூல் நூற்கும் கருவியின் வரலாறு ஆகியவற்றைக் கற்பிக்கலாம்.

இதன் வழியாக அதன் வரலாறு, பூகோளம், அறிவியல் ஆகியவற்றைக் கற்பித்துவிடலாம். இதன் மூலம் சமூகத்துக்கும் பள்ளிக்கும் இடையில் இணைப்பை ஏற்படுத்த முடியும் என்றார். படித்ததைக் கிரகித்துக்கொள்ளுதல் மட்டும் கல்வி அல்ல. சமூக நிகழ்வுகளுக்கு எதிர்வினையாற்றத் தேவையான பண்புகளை வளர்த்துக்கொள்ளுதல்தான் கற்றல். அதுவும் சுயநலமின்றி,

உதவும் மனப்பான்மையுடன், விமர்சனபூர்வமான அறிவுடன், உத்வேகத்துடன் செயல்பட நம்மை உந்தித்தள்ளுவதே கல்வி என்றார் டூயி.

மனித நேயமும் சமத்துவமும் இந்திய அரசியலமைப்புச் சட்டத்தில் பொதிந்திருக்க அம்பேத்கர் மீது டூயி ஏற்படுத்திய தாக்கத்துக்கும் பங்குள்ளது. 1916-ல், 'அறநெறியும் அரசியல் தத்துவமும்' என்ற தலைப்பில் சமத்துவம், சகோதரத்துவம், விடுதலை குறித்து டூயி கொலம்பியா பல்கலைக்கழகத்தில் நடத்திய வகுப்புகள் அம்பேத்கரின் சிந்தனைப் போக்கில் அழுத்தமான விளைவுகளை ஏற்படுத்தியதாகச் சொல்லப்படுகிறது. அம்பேத்கருக்கு மட்டுமல்ல கல்விப் புலத்துடன் தொடர்புடைய அனைவருக்கும் டூயி கலங்கரை விளக்கமாகவே இன்றளவும் திகழ்கிறார்.

வழிகாட்டி

ராமசந்திர குஹா
எழுத்தாளர்

அம்பேத்கர் எனும் முன்னுதாரணர்!

இரண்டு பெரிய சமூகக் குழுக்கள் சமூகரீதியாக வாய்ப்புகள் மறுக்கப்பட்டவை என்று இந்திய அரசமைப்புச் சட்டம் அங்கீகரித்துள்ளது. முதலாவது குழுவினர், தாழ்த்தப்பட்டவர்கள் - தலித்துகள் என்று அன்றாட வழக்கில் குறிப்பிடப்படுபவர்கள். இரண்டாவது குழுவினர், பழங்குடியினர் - ஆதிவாசிகள் என்று அறியப்பட்டவர்கள். இவ்விரு குழுக்களுமே அசாதாரணமான முறையில் பல்வேறுபட்ட குணாம்சங்களைக் கொண்டவை. மொழி, சாதி, குலம், மதம், வாழ்முறை ஆகியவற்றால் வித்தியாசமானவர்கள்.

ஆந்திர பிரதேசத்தில் வாழும் மடிகா, உத்தர பிரதேசத்தின் ஜாதவ் என்ற இரு பிரிவினருக்கும் இடையில் பொதுவான அம்சம் ஏதும் கிடையாது, அரசு வேலைக்கு 'பட்டியல் இனத்தவர்' என்ற பிரிவில் விண்ணப்பிக்க முடியும் என்பதைத் தவிர. தமிழ்நாட்டின் நீலகிரி மாவட்டத்தைச் சேர்ந்த இருளர்களுக்கும் மத்திய பிரதேசத்தின் மகாதேவ மலைக் குன்றுகளில் வாழும் கோண்ட் சமூகத்துக்கும் எதுவும் பொதுவில்லை, அவ்விருவரும் 'பழங்குடி' என்று அரசால் வகைப்படுத்தப்பட்டிருப்பதைத் தவிர.

இந்தியா முழுவதிலும் இருக்கும் பட்டியல் சாதியினர் ஒரேயொரு விஷயத்தில் ஒற்றுமைப்படுகிறார்கள். அவர்கள் கேரளம், கர்நாடகம், பஞ்சாப் அல்லது வங்கம் என்று எந்த மாநிலத்தில் வாழ்ந்தாலும் அவர்களுடைய ஆதர்ச புருஷராகத் திகழ்கிறார் பாபா சாஹேப் பீம்ராவ் அம்பேத்கர்.

அவ்வளவு பெரிய அறிவாளியாக இருந்தும், சுதந்திர இந்தியாவின் அரசில் மிகப் பெரிய பதவிகளை வகித்தும் அவர் வாழ்ந்த காலத்தில் மகாராஷ்டிரத்தில் தான் சார்ந்த மஹர் சமூக மக்களிடையே மட்டுமே சமூகத் தலைவராகக் கொண்டாடப்பட்டார்.

மறைவுக்குப் பிறகு, அவருடைய அறிவுத்திறனும் ஆளுமையும் உணரப்பட்டதால் நாடு முழுவதிலும் உள்ள ஒடுக்கப்பட்டோர் போற்றிக் கொண்டாட வேண்டிய தலைவராக உயர்ந்து நிற்கிறார். அம்பேத்கருடன் ஒப்பிடும்போது பழங்குடிகளுக்கு, அப்படியொரு தேசியத் தலைவர் முன்னரும் இல்லை, இப்போதும் இல்லை. நாட்டின் எல்லாப் பிராந்தியங்களிலும் எல்லா மொழிப் பகுதிகளிலும் செல்வாக்கு மிக்கவராக ஒரு பழங்குடித் தலைவர் உருவாகவில்லை.

அம்பேத்கரை வாசித்த அவத்

ஒடுக்கப்பட்டோரிடையே அம்பேத்கருக்கு இருக்கும் செல்வாக்கு அபரிமிதமானது. ஏக்நாத் அவத் எழுதிய சுயசரிதையைப் படிக்கும்போது இந்த நினைவுகள் மீண்டும் என்னுள் பசுமைபூத்துக் குலுங்குகிறது. மராத்தி மொழியில் அவத் எழுதிய இந்நூலை ஜெர்ரி பின்டோ அருமையாக ஆங்கிலத்தில் மொழிபெயர்த்திருக்கிறார். மகாராஷ்டிர மாநிலத்தின் மராத்வாடா பகுதியில் மாங் என்ற பழங்குடிகள் பிரிவில் பிறந்தவர் ஏக்நாத் அவத்.

கல்வி கற்று முன்னேறிவிட வேண்டும் என்ற ஆவல் அவருக்கு இளம் வயதிலேயே ஏற்பட்டுவிட்டதால், அவருடைய உறவினர்கள் அவரை ‘மஹார்ச்சா அவுலத்’ என்று செல்லமாகக் கூப்பிடத் தொடங்கினார். அப்படியென்றால், ‘மஹர்களின் புதல்வன்’ என்று பொருள். மஹர் பிரிவு சமூகத்தில் பிறந்த அம்பேத்கர், “கல்வி என்பது புலிப் பாலைப் போன்றது. அதைக் குடித்த எவராலும் புலியைப் போல உறுமுவதைத் தவிர, அடங்கி நடந்துவிட முடியாது” என்பார்.

உயர்நிலைப் பள்ளி மாணவராக இருந்தபோதே அம்பேத்கர் பற்றி நிறையப் படித்தார் ஏக்நாத் அவத். சோஷலிஸ்ட் தலைவரும் நாடாளுமன்ற உறுப்பினருமான நாத் பாய் நிகழ்த்திய பொதுக்கூட்ட உரைகளையும் ஆர்வமாகக் கேட்பார். ஒருகாலத்தில், ஆயிரக்கணக்கான இளைஞர்களுக்கு உத்வேகம் ஊட்டிய நாத் பாய், இப்போதைய தலைமுறையால் மறக்கப்பட்டுவிட்டது துரதிர்ஷ்டவசமானது.

1970-களின் தொடக்கத்தில் செயல்பட்ட தலித் பேந்தர்ஸ் கட்சி, ஏக்நாத் அவத்துக்கு மிகுந்த உத்வேகத்தை அளித்தது. மராத்வாடா பல்கலைக்கழகத்துக்கு அம்பேத்கர் பெயரைச் சூட்ட வேண்டும் என்று பெரிய போராட்டத்தை அந்தக் கட்சி நடத்தியது.

"பல்கலைக்கழகத்துக்கு அம்பேத்கர் பெயரை வைக்க வேண்டும் என்று வலியுறுத்தி மாபெரும் ஊர்வலம் முதல் நாள் நடந்தால், வைக்கக் கூடாது என்று வலியுறுத்தி எதிர்ப்பாளர்களால் அடுத்த நாள் இன்னொரு பெரிய ஊர்வலம் நடைபெறும்.

இப்படித் தொடர்ச்சியாக ஆதரித்தும் எதிர்த்தும் ஊர்வலங்கள் நடந்தபடி இருந்தன. மராத்வாடா பல்கலைக்கழகத்தின் பெயரை மாற்றக் கூடாது என்று சிவசேனை எதிர்ப்புத் தெரிவித்தது. அப்போது சமூகத்தின் எல்லாத் தரப்பிலும் இதனால் எதிரெதிர் கருத்துகள் உருவாயின. மாணவர்கள், ஆசிரியர்கள், வழக்கறிஞர்கள், மருத்துவர்கள் தொடங்கி கிராமவாசிகள் வரை மக்கள் இரு கட்சிகளாகப் பிரிந்துவிட்டார்கள்" என்று எழுதுகிறார் ஏக்நாத் அவத்.

மேல் சாதியினரின் ஒடுக்குமுறை

இந்த இயக்கத்தால் எரிச்சல் அடைந்த மேல் சாதியினர், கோரிக்கையை ஆதரிப்பவர்களைக் கடுமையாக ஒடுக்க முற்பட்டனர். மஹர்களின் வீடுகளும் உடைமைகளும் திட்டமிட்டுத் தீ வைத்து எரிக்கப்பட்டன. மராத்வாடா பகுதியில் 180 கிராமங்களில் தீயிடல் சம்பவங்கள் நடந்தன. 10 நாட்களுக்கும் மேல் கலவரம் நீடித்தது. பட்டியல் சாதியினரின் வீடுகள் ஆயிரத்துக்கும் மேல் எரிக்கப்பட்டன.

இந்தக் கலவரங்கள் கல்லூரி மாணவனாக இருந்த என்னை மிகவும் பாதித்தது. பட்டியல் சாதியினரி தாக்கப்படுகிறார்கள் என்ற தகவல்கள் வரவர எனக்குள் கோபம் கொப்பளிக்கும். உணர்ச்சிவசப்படுவேன். எனது எதிர்ப்பை அரசுக்குத் தெரிவிக்க வேண்டும் என்று முற்படுவேன். எங்களுடைய கிராமத்திலேயே பலரும் என்னால் கோபம் அடைந்ததால் என்னுடைய பாதுகாப்பு குறித்து என் அன்னை மிகவும் அச்சப்படுவார்.

“வறுமைக்கு எதிராகவும் சாதி ஒடுக்குமுறைகளுக்கு எதிராகவும் போராடினேன். மனித உரிமைகளும் மற்றவர்களுக்குள்ள சலுகைகளும் மறுக்கப்படுவது மகிழ்ச்சிகரமான விஷயமல்ல. வாழ்நாள் முழுவதும் அவமதிப்பும் அவமரியாதையும்தான் கிடைக்கும் என்றால் அந்த வாழ்க்கை நிச்சயம் மகிழ்ச்சிகரமானதாக இருக்க முடியாது. வாழ்க்கையில் தனக்கேற்பட்ட சூழலிலிருந்து விடுபட முற்படும்போதும், அநீதிக்கு எதிராக ஆயுதம் ஏந்தும்போதும் வாழ்க்கை வேறொரு வடிவில் மகிழ்ச்சியை ஏற்படுத்துகிறது.

இந்தப் போராட்டமே என்னுடைய ஆத்திரத்தையும் கோபத்தையும் குறைத்துவிடுகிறது. இது எனக்குப் பழக்கமாகவே மாறிவிட்டது. 1970-களிலும் 1980-களிலும் பட்டியல் சாதியினரி என்றாலே விஷம் தோய்ந்த அணுகுமுறைகளையே கையாண்டன சிவசேனையும் காங்கிரஸ் கட்சியும். மும்பை மாநகரைத் தளமாகக் கொண்ட சிவசேனை மராத்தாக்களுடைய உரிமைகளை வலியுறுத்தும் கட்சியாகப் பெயரெடுத்தது. கிராமங்களிலோ இந்து சாதியவாதத்தைத் தூக்கிப் பிடிக்கும் கட்சியாகத் திகழ்ந்தது” என்று எழுதியிருக்கிறார் ஏக்நாத் அவத்.

ஆதிவாசிகளுடன் சமூகப் பணி

கல்லூரியில் பி.ஏ., முடித்த பிறகு, சமூகப் பணிப் பிரிவில் எம்.ஏ., பட்டம் பெற்றார் அவத். சோஷலிஸ சித்தாந்தம் கொண்ட மேல் சாதி தம்பதியினருடன் இணைந்து, பழங்குடியினரின் மேம்பாட்டுக்காக உழைக்கத் தொடங்கினார். இந்திய சமூகத்திலேயே அதிகம் சுரண்டப்பட்ட சமூகம் பழங்குடியினர்தான். பழங்குடியினருக்கும் பட்டியல் சாதியினருக்கும் என்ன வேறுபாடு என்று தன்னுடைய அனுபவங்களிலிருந்து எழுதுகிறார்

அவத். "எவ்வளவு துயரம் என்றாலும் பழங்குடிகள் தாங்கிக்கொள்வார்கள்; எவ்வளவு பெரிய போராட்டம் என்றாலும் தயாராக இருப்பார்கள் பட்டியல் சாதியினரின். எந்தவித சமூக இயக்கத்திலும் புரட்சியிலும் இதர சமூகக் குழுக்களையோ அல்லது தலைவர்களையோ பின்பற்றுகிறவர்களாகவே பழங்குடிகள் இருக்கின்றனர். அவர்களுக்கென்று ஒரு தலைவர் இல்லை. இன்றும்கூடப் பழங்குடிகளுக்கிடையே சிலர்தான் தலைவர்கள் என்ற நிலையில் இருக்கின்றனர். அம்பேத்கரின் மஹர் பிரிவு மக்களைவிட, நான் பிறந்த மாங் சமூகத்தவர் மற்றவர்களுக்கு அதிகம் அடிபணிந்துபோகிறவர்களாக இருக்கின்றனர். இந்நிலை மாற, பாரம்பரியமாக நாம் செய்யும் தொழிலைக் கைவிட்டு, நவீனக் கல்வி பெறுவதில் முனைப்புக் காட்ட வேண்டும் என்று பழங்குடிகளிடையே பிரச்சாரம் செய்கிறேன்" என்று நூலில் எழுதியிருக்கிறார் அவத்.

தான் பங்கேற்ற பல போராட்டங்களைப் பற்றி நூலில் விவரித்திருக்கிறார் அவத். அவற்றில் சிலவற்றில் அவருக்கு வெற்றி கிடைத்திருக்கிறது. "தொடர்ச்சியாக வெவ்வேறுவிதமான போராட்டங்களிலேயே காலத்தைக் கழித்தேன். கெரோ, ஊர்வலம், தர்ணா, உண்ணாவிரதப் போராட்டம் என்று அவற்றின் வடிவங்கள் பல. அந்நாட்களில் பெரும் பகுதியைக் காவல் நிலையங்களிலும் அரசு அலுவலகங்களிலும்தான் கழிப்பேன். சாதிய ஒடுக்குமுறைகளுக்கு எதிராகப் போராடி நியாயம் கேட்பேன். இதனால், எல்லா கிராமங்களிலும் எனக்கு எதிரிகள் ஏற்படலாயினர். கொலை மிரட்டல்கள் என்னைத் தொடர்ந்தன" என்று அவற்றைக் குறிப்பிடுகிறார் ஏக்நாத் அவத்.

மாற்றாந்தாய் மனநிலை

ஏக்நாத் அவத் எழுதிய புத்தகம் 'ஸ்டிரைக் எ ப்ளோ டு சேஞ்ச் தி வேர்ல்ட்' *(Strike a Blow to Change the World)* என்ற தலைப்பில் வெளிவந்திருக்கிறது. நாட்டின் சமூகவியலைத் தெளிவாகப் புரிந்துகொள்ள உதவும் இந்நூல், இலக்கியத் தரத்திலும் இருக்கிறது. தன்னுடன் கிளர்ச்சிகளில் பங்கேற்றவர்கள், மனைவி உள்ளிட்ட உறவினர்கள் பற்றி மிகவும் நெகிழ்ச்சியாகப் பல தகவல்களைத் தந்திருக்கிறார்.

சமூக நீதிக்குத் தடையாக உள்ள சக்திகளையும் - உதவும் சக்திகளையும் விரிவாக அடையாளம் காட்டியிருக்கிறார். ஒடுக்கப்பட்டோருக்கு சோறு கொடுத்து, கான்கிரீட்டில் சில வீடுகளைக் கட்டிக்கொடுப்பதாலேயே தீண்டாமை ஒழிந்துவிடாது; அவர்களுக்குள்ள சுயமரியாதை உணர்வைத் தட்டி எழுப்பினால்தான் தீர்வு கிட்டும் என்கிறார்.

தொழிலாளர்களை ஒப்பந்த அடிப்படையில் வேலைவாங்கும் மாங் சமூகத்தைச் சேர்ந்த ஒருவரே மனிதாபிமானமற்றவராக மாறிவிட்டதைச்

சுட்டிக்காட்டி எழுதியுள்ளார். “ஒருவருடைய சாதி எப்படிப்பட்டதாக இருந்தாலும், கையில் கொஞ்சம் அதிகாரம் கிடைத்துவிட்டால், கரும்பு வெட்டும் தொழிலாளியானாலும் அவரை அடக்கி ஒடுக்கும் அளவுக்கு ஆணவத்தைப் பெற்றுவிடுகிறார்கள்” என்று வருந்துகிறார்.

“சமூகத் தொண்டனாக நான் அடியெடுத்து வைத்தபோது மாங் சமூகத்தைச் சேர்ந்தவன் என்பதால், ஒடுக்கப்பட்டோருக்கான பெரிய கட்சியைச் சேர்ந்தவர்கள் என்னை மாற்றாந்தாய் மனப்போக்கிலேயே நடத்தினார்கள். பாபாசாஹேப்பின் பெயரை உச்சரிக்கத் தங்களுக்கு மட்டுமே உரிமை என்பதைப் போல என்னிடம் நடந்துகொண்டார்கள். அவருடைய பெயரை ஒரு சாதியினருக்கு மட்டுமே சொந்தமாகக் குறுக்கிவிட முடியாது” என்கிறார் அவத். அம்பேத்கரின் சாதனைகளை அனைத்து மக்களிடையேயும் பரப்புவதில் அவத் பெரும் பங்காற்றியிருக்கிறார். மஹர்களைப் போலவே மாங் சமூகத்தவருக்கும் உத்வேகம் ஊட்ட அவரை அடையாளச் சின்னமாக்கியிருக்கிறார். அவர்கள் மட்டுமல்ல, உயர் சாதியைச் சேர்ந்த பல தனிநபர்களும் பாபாசாஹேப்பின் பெயரால் உத்வேகம் அடையக் காரணமாக இருந்திருக்கிறார்.

1970-களில் மராத்வாடா பல்கலைக்கழகத்துக்கு அம்பேத்கர் பெயரைச் சூட்ட உயர் சாதிக்காரர்கள் கடுமையான எதிர்ப்பு தெரிவித்ததை மாணவராக இருந்த ஏக்நாத் நேரிலேயே பார்த்தவர். பல ஆண்டுகளுக்குப் பிறகு அம்பேத்கரின் துணைவியார் ரமா பாய் பெயரில் கூட்டுறவுச் சங்கம் ஒன்றை துவக்கிய ஏக்நாத், அதை மிகவும் வெற்றிகரமாக நிர்வகித்தார்.

மீனவர்கள், கால்நடை வளர்ப்போர், வளையல் செய்வோர் என்று பலதரப்பட்ட தொழில்களைச் செய்வோரும் அந்தக் கூட்டுறவுச் சங்கத்திலிருந்து குறைந்த வட்டிக்குக் கடன் பெற்று, சிறப்பாகத் தொழில்செய்து வாழ்க்கையில் முன்னேற்றம் அடைந்தனர். அதிக வட்டி வாங்கும் ஈட்டிக்காரர்களிடமும் அதிகாரத் தரகர்களிடமும் சிக்கிக்கொள்ளாமல் நிம்மதியாகத் தொழில் செய்தனர். 2010-ல் இந்தக் கூட்டுறவுச் சங்கங்கள் மூலம் பயன் பெறுவோர் எண்ணிக்கை 20 லட்சம் குடும்பங்களாக உயர்ந்தது.

இதைப் பற்றி நியாயமான பெருமித உணர்வோடு ஏக்நாத் அவத் பின்வரும் செய்தியைப் பதிவுசெய்கிறார்: “மராத்வாடா பல்கலைக்கழகத்துக்கு பாபா சாஹேப் அம்பேத்கர் பெயரை வைக்க வேண்டும் என்று நான் வாதாடியபோது, என்னை எதிரியாகப் பார்த்த உயர் சாதி கிராமவாசிகள், அம்பேத்கரின் மனைவி பெயரில் இருந்தும் கூட்டுறவு சங்கத்தைத் தங்களுடையதாகப் பாவித்து, சிறு கடன்களைப் பெற்று முன்னேற்றம் பெறுகின்றனர்.

இதைவிட எனக்கு மகிழ்ச்சி வேறு என்ன வேண்டும்! மிகவும் பின்தங்கிய இந்த மாவட்டத்தில் அம்பேத்கரின் பிறந்தநாள் நூற்றாண்டை உயர் சாதியினர் கொண்டாடுகின்றனர். இப்படியெல்லாம் நடக்கும் என்று யாராவது முன்னர்

கற்பனை செய்திருப்பார்களா? இப்போது இது ஆண்டுதோறும் நடைபெறும் திருவிழா!" என்கிறார்.

அம்பேத்கர் இறந்து 60 ஆண்டுகளுக்கும் மேலாகிறது. இந்தியா முழுவதும் உள்ள ஒடுக்கப்பட்டோர் கல்வி கற்கவும், ஒன்றுசேரவும், தங்களுடைய நியாயமான கோரிக்கைகளுக்காகப் போராடவும் உந்துசக்தியாகத் திகழ்கிறார். சாதிய ஒடுக்குமுறைகளைத் திணித்தால் அவற்றை எதிர்த்துப் போராடும் ஆற்றலைப் பெற்றுள்ளனர். அம்பேத்கரின் பெயருக்குள்ள மகத்துவத்தையும் அவருடைய ஆதரவாளர்களின் இயக்கத்துக்குள்ள வலிமையையும் உயர் சாதிக்காரர்களும் உணர்ந்து இன்று மதிக்கத் தொடங்கியிருக்கின்றனர்.

இது நீண்ட காலத்துக்குப் பிறகு நிகழ்ந்ததாக இருக்கலாம், இப்படி நடக்க அவர்களில் பலர் மனதளவில் தயாராக இல்லாமல் முணுமுணுத்திருக்கலாம், இனியும் அவருடைய செல்வாக்கை அங்கீகரிக்காமல் இருக்க முடியாது என்ற நிலைக்கு அவர்கள் வந்துவிட்டனர். தன்னுடைய மறைவுக்கும் பின்னால், நீண்ட கால இடைவெளிக்குப் பிறகு தார்மீக நிலையில், அரசியல் களத்தில், அறிவுத் தளத்தில் ஒடுக்கப்பட்டோர் உத்வேகம் பெற ஆதார சக்தியாகத் திகழ்கிறார் அம்பேத்கர். துரதிர்ஷ்டவசமாகப் பழங்குடிகளுக்குக் கண்ணியத்தையும் சுயமரியாதையையும் ஊட்ட அப்படியொரு தலைவர் இல்லை.

தமிழில்: *சாரி*

இரா.வினோத்

பத்திரிகையாளர்

இரட்டைமலை சீனிவாசன் – அம்பேத்கரின் ஆத்மார்த்த உறவு

இந்திய ஒடுக்கப்பட்டோர் அரசியல் வரலாற்றில் பாபாசாகேப் அம்பேத்கருக்கு (1891- 1956) முன்னோடியாகவும், சக பயணியாகவும் இருந்தவர் தாதா (தாத்தா அல்ல) இரட்டைமலை சீனிவாசன் (1860 -1945). 'அம்பேத்கர் பிறந்த ஆண்டில் 'பறையர் மகாஜன சபையை உருவாக்கி, ஒடுக்கப்பட்டோரின் உரிமைக்காக போராடினார். 1900ல் தென்னாப்பிரிக்கா சென்ற அவர் அம்பேத்கர் அரசியலில் நுழைந்த 1920ல் தாயகம் திரும்பி தீவிர அரசியலை முன்னெடுத்தார்.

சில ஒற்றுமைகள்

இரட்டைமலை சீனிவாசனுக்கும் அம்பேத்கருக்கும் நெருக்கமான சில ஒற்றுமைகள் இருக்கின்றன. இருவரும் கல்வியால் மேலெழுந்து வந்தவர்கள். கம்பீரமான கோட் சூட்டே இவர்களின் அடையாளம். இருவரும் தம்மைக் காட்டிலும் தம் மக்களை நேசித்தவர்கள். 1880களில் இரட்டைமலை சீனிவாசன் கல்லூரிக்குச் சென்றபோது, அங்கு படித்த 400 மாணவர்களில் அவர் மட்டுமே ஒடுக்கப்பட்ட வகுப்பைச் சேர்ந்தவர். கடும் சிரமங்களுக்கு மத்தியில் படிப்பை முடித்த அவரே தமிழகத்தின் முதல் பட்டியலினப் பட்டதாரி. இதேபோல வெளிநாட்டு பல்கலைக்கழகங்களில் டாக்டர் பட்ட பெற்ற முதல் பட்டியலினத்தவர் என்ற பெருமை அம்பேத்கருக்கு உண்டு.

இருவரும் பத்திரிகையை பயன்படுத்தி, ஒடுக்கப்பட்டோரின் பிரச்சினையை வெளியுலகுக்குத் தெரியப்படுத்தினார்கள். இரட்டைமலை சீனிவாசன் 'பறையன்' (1893) இதழை தொடங்கி நடத்தியதைப் போலவே, அம்பேத்கரும் மூக் நாயக் (1920), பஹிஷ்க்ரிட் பாரத் (1927) ஆகிய இதழ்களை நடத்தினார். 1939-ல் இரட்டைமலை சீனிவாசன் தன் வாழ்க்கை வரலாறான 'ஜீவிய சரித்திரச் சுருக்கம்' எழுதிய அதே காலக்கட்டத்தில் அம்பேத்கர் தன் வாழ்க்கை அனுபவங்களை 'விசாவுக்காக காத்திருக்கிறேன்' என எழுதி வெளியிட்டார்.

ஆரம்ப கால அறிமுகம்

1923ல் மெட்ராஸ் மாகாண சட்டமேலவை உறுப்பினராக தேர்வு செய்யப்பட்ட இரட்டைமலை சீனிவாசன்

தீண்டாமை ஒழிப்பு, கோயில் நுழைவு, நில உரிமை, கல்விக்கு நிதி ஒதுக்கீடு போன்றவற்றுக்காக குரல் எழுப்பினார். ஒடுக்கப்பட்டோரின் கல்வி உரிமைக்காக 'ஒடுக்கப்பட்டோர் கல்விக் கழகம்' எனும் அமைப்பை உருவாக்கி, உதவி தொகையும் வழங்குமாறு வலியுறுத்தினார்.

இரட்டைமலை சீனிவாசனின் சமுதாய நடவடிக்கைகளின் காரணமாக, இந்திய அரசியல் தலைவர்களிடையே அவருக்கு நல்ல மதிப்பு இருந்தது. அவ்வாறே அம்பேத்கருடன் தொடர்பு ஏற்பட்டிருக்க வேண்டும். இருவருக்கும் இடையேயான முதல் சந்திப்பு, ஆரம்ப கால இணைந்த செயல்பாடுகள் குறித்த தகவல்கள் கிடைக்காத நிலையில் அம்பேத்கரின் எழுத்துகளில் இருந்து இருவருக்கும் இடையே கடிதப் போக்குவரத்து இருந்தது தெரியவருகிறது.

நகமும் சதையுமான உறவு

1930-31ல் லண்டனில் நடந்த முதல் மற்றும் இரண்டாம் வட்டமேஜை மாநாடுகளில் அம்பேத்கருடன் ஒடுக்கப்பட்டோரின் பிரதிநிதியாக இரட்டைமலை சீனிவாசனும் கலந்துகொண்டார். ஒடுக்கப்பட்டோரின் மக்கள் தொகைக்கு ஏற்ப கல்வி, வேலை வாய்ப்பில் உரிமை, அரசியல் பிரதிநிதித்துவம், இரட்டை வாக்குரிமை ஆகியவற்றை வலியுறுத்தி சீனிவாசன் உரையாற்றினார். அம்பேத்கரும் இரட்டைமலை சீனிவாசனும் முன்வைத்த கோரிக்கைகளின் அடிப்படையிலே அரசமைப்பில் பட்டியலினத்தவருக்கு உரிய பிரதிநிதித்துவம் கிடைத்தது. அந்தக் காலகட்டத்தில் அம்பேத்கருடன் பழகியது தொடர்பாக, "நானும் அவரும் நகமும் சதையும் போலப் பழகினோம். வட்டமேஜை மாநாடுகளில் இருவரும் இணைந்து ஒடுக்கப்பட்டோருக்காக போராடினோம்" என இரட்டைமலை சீனிவாசன் குறிப்பிட்டுள்ளார். புத்தகக் காதலரான அம்பேத்கர் தன் 12 பெட்டி நூல்களையும், முக்கிய ஆவணங்களையும் லண்டனில் இருந்து இந்தியாவுக்கு 'நண்பர் இரட்டைமலை சீனிவாசன் மூலம் கொடுத்து அனுப்புமாறு' கடிதம் எழுதியிருக்கிறார்.

இரட்டை வாக்குரிமையைக் கண்டித்து காந்தி எரவாடா சிறையில் உண்ணாவிரதம் இருந்தார். நாடே கொந்தளிப்பாக மாறிய சூழலில், தென்னாப்பிரிக்காவில் அவருடன் பழகியவர் என்ற முறையில், இரட்டைமலை சீனிவாசன் காந்தியுடன் 3முறை பேச்சுவார்த்தை நடத்தினார். அதில் பலன் கிடைக்காததால் 1932ல் அம்பேத்கர் காந்தி இடையே ஏற்பட்ட பூனா ஒப்பந்தத்தில் அம்பேத்கரின் பக்கம் இரட்டைமலை சீனிவாசனும், காந்தியின் பக்கம் ராஜாஜியும் கையெழுத்திட்டனர்.

மத நிலைப்பாடு

1935ல் இந்து மதத்தில் இருந்து வெளியேறுவது குறித்து அம்பேத்கர் அறிவித்தபோது, இரட்டைமலை சீனிவாசன் 'நாம் இந்து மதத்தைச் சேர்ந்தவர்கள் இல்லையே. வருணம் அற்றவர்கள் ஆயிற்றே' என தன் கருத்தைத் தெரிவித்தார். மத நிலைப்பாட்டில் அம்பேத்கருடன் முரண்பாட்டிருந்தாலும் சமூக நலனுக்காக இறுதி வரை அவருடன் இணைந்தே பயணித்தார். அம்பேத்கர் தன் சமயத் தேடலில் இரட்டைமலை சீனிவாசனின் நெருங்கிய உறவினரான பண்டிதர் அயோத்திதாசரின் பௌத்தப் பாதையைக் கண்டடைந்தார். அதேவேளையில், இரட்டைமலை சீனிவாசன் ஒடுக்கப்பட்டோரின் சைவ மரபுகளைத் தேடினார். கோயில் நுழைவுப் போராட்டங்களின்போது பல்வேறு கோயில்களில் ஒடுக்கப்பட்டோருக்கு இருந்த உரிமைகளைச் சுட்டிக்காட்டி, அதனை ஆதரித்தார். திருவாரூர், தஞ்சாவூர், திருச்சி ஆகிய கோயில்களில் சாம்பான் வழிவந்தோர்க்கென்று வழங்கப்பட்டு உரிமைகள், கும்பகோணத்தில் பாழாக்கப்பட்ட நந்தன் கோட்டை மதில் ஆகியவற்றை பற்றியும் எழுதினார்.

அம்பேத்கரை ஈர்த்த இயக்கம்

1928ல் இரட்டைமலை சீனிவாசன் 'மதராஸ் மாகாண டிப்ரஸ்டு கிளாஸ் ஃபெடரேஷன்' என்ற அமைப்பைத் தொடங்கினார். இதன் தலைவராக இரட்டைமலை சீனிவாசனும் செயலாளராக என்.சிவராஜும் செயல்பட்டனர். மதராஸ் மாகாண ஒடுக்கப்பட்டோர் மத்தியில் கல்வி, வேலை வாய்ப்பு, அரசியல் பிரதிநிதித்துவம் குறித்த ஓர்மையை இந்த அமைப்பு உருவாக்கியது. இந்த அமைப்பின் பெயர் 1936 ல் 'மதராஸ் மாகாண ஷெட்ல்யூல்டு காஸ்ட் ஃபெடரேஷன்' என பெயர் மாற்றம் செய்யப்பட்டது. இதன் தலைவராக இரட்டைமலை சீனிவாசனும் துணைத் தலைவராக எம்.சி.ராஜாவும், செயலாளராக என்.சிவராஜும் இருந்தனர். இந்த அமைப்பின் செயல்பாடுகளால் ஈர்க்கப்பட்ட அம்பேத்கர், 1942ல் 'அனைத்து இந்திய ஷெட்ல்யூல்டு காஸ்ட் ஃபெடரேஷன்' என்ற அமைப்பை உருவாக்கினார். அதன் தலைவராக என். சிவராஜை நியமித்தார். இரட்டைமலை சீனிவாசன் மீது மிகுந்த மரியாதை வைத்திருந்த அம்பேத்கர் 1944ல் சென்னை வந்தபோது அவரது வீட்டை தேடிச் சென்று சந்தித்ததாக 'தென்னிந்தியாவில் பாபாசாகேப் அம்பேத்கர்' நூலில் ஆய்வாளர் ஜெயபாலன் குறிப்பிட்டிருக்கிறார்.

இரட்டைமலை சீனிவாசனின் மறைவுக்குப் பின் உருவாக்கப்பட்ட நினைவு காரியக்கமிட்டியிலும் அம்பேத்கர் இடம்பெற்றார். இந்த அம்சங்கள் இரட்டைமலை சீனிவாசன் மீது அம்பேத்கர் கொண்டிருந்த நட்பையும், இருவரும் ஒரே நோக்கத்துக்காக இணைந்து செயல்பட்டதையும் வெளிப்படுத்துக்கின்றன.

●

இந்து தமிழ் திசை

தலையங்கப் புகழாரம்

டாக்டர் அம்பேத்கர்: எல்லோருக்குமான தலைவர்

இந்திய அரசியல் சாசனத்தை மக்களுக்காக முன்மொழியும்போது மிக முக்கியமான ஒரு கேள்வியை டாக்டர் அம்பேத்கர் எழுப்பினார்: "அரசியலைப் பொறுத்தவரை 'ஒரு மனிதர் ஒரு ஓட்டு ஒரே மதிப்பு' என்ற தத்துவத்தை நாம் அங்கீகரிக்கவிருக்கிறோம். அதே நேரத்தில் நமது சமூக, பொருளாதார வாழ்வில் 'ஒரு மனிதர் ஒரே மதிப்பு' என்ற தத்துவத்தைப் புறக்கணிப்பதைத் தொடரப்போகிறோம். இப்படிப்பட்ட முரண்பாடுகளின் வாழ்க்கையை இன்னும் எவ்வளவு காலம்தான் நாம் தொடரப்போகிறோம்?" அன்றைக்கு, அதாவது 65 ஆண்டுகளுக்கு முன்னால், அம்பேத்கர் எழுப்பிய கேள்வி இந்திய ஜனநாயகத்தின் அடிப்படையான கேள்வியாக இன்றும் நிற்கிறது.

இந்தியாவில் சமூக ஜனநாயகம் கிடைக்காமல் அரசியல் ஜனநாயகம் உயிர்ப்போடு இருக்காது என்பதைத் தனது வாழ்க்கையின் செய்தியாக வெளிப்படுத்திய அவர், சாதியை அழித்தொழிப்பதை ஜனநாயகத்தின் அடிப்படைத் தேவையாகத் தனது கருத்துகளின் மூலம் வலியுறுத்தினார். அவரது கருத்துகள் தோற்றத்தில் தீவிரமானதாக இருந்தாலும், அவற்றின் உள்ளடக்கம் மனிதர்களின் மனதில் உள்ள அறத்தைத் தட்டி எழுப்பும் ஆழமான ஆன்மிக உணர்ச்சியைக் கொண்டிருப்பவை.

உண்மையில், சகோதரத்துவத்தால் பிணைக்கப்பட்ட ஒரு இந்திய சமூகத்தையே அவர் கனவு கண்டார். இந்த சகோதரத்துவத்தின் நீட்சியாகவே சமத்துவத்தையும் அம்பேத்கர் கண்டார். அதன் விளைவாகத்தான் இந்து

மதச் சட்டத்தில் சீர்திருத்தம் மேற்கொள்ள அம்பேத்கர் முயற்சித்தார். அதன் மூலம் இந்து சமூகத்தில் பெண்களுக்குச் சம உரிமையை நிலைநாட்ட முயன்றார். எனினும் இந்து அமைப்புகள், இந்துத்துவவாதிகளின் எதிர்ப்பால் அந்தச் சட்டத்தைக் கொண்டுவர முடியாமல் போனது.

அம்பேத்கருக்கு நேரு எவ்வளவோ உறுதுணையாக இருந்தும் கடைசியில் நேருவாலும் ஒன்றும் செய்ய முடியாத நிலை ஏற்பட்டது. அதனால் ஏற்பட்ட கோபத்தில் அம்பேத்கர் சட்டத் துறை அமைச்சர் பொறுப்பையே ராஜிநாமா செய்தார் என்றால், ஒடுக்கப்பட்ட இன மக்களைப் போலவே இந்து மதப் பெண்களின் உரிமைக்கும் அவர் எவ்வளவு முக்கியத்துவம் கொடுத்தார் என்பது புலனாகும்.

நல்லவேளை, அம்பேத்கர் உருவாக்கிய இந்து மதச் சீர்திருத்தச் சட்டத்தின் பெரும் பகுதியை அவரது வாழ்நாளுக்குள்ளாகவே கொஞ்சம் கொஞ்சமாக நிறைவேற்றி அம்பேத்கரின் கனவை நனவாக்கினார் நேரு. அம்பேத்கர்தான் அந்தச் சீர்திருத்தத்தின் தலைமகன் என்பதையும் நேரு மறக்காமல் குறிப்பிட்டார்.

தன் வாழ்நாள் முழுவதும் இந்து மதத்தை எதிர்த்த அம்பேத்கர் அதன் சீர்திருத்தங்களில் பெருமளவு பங்காற்றினார் என்பதுதான் அவர் மகத்தான ஜனநாயகவாதி என்பதன் அடையாளம்.

ஒடுக்கப்பட்ட மக்களுக்காகத் தன் வாழ்நாள் முழுவதும் போராடியவர் அவர். வாழ்நாளுக்குப் பிறகும், ஒடுக்கப்பட்ட மக்களின் அடையாளமாக மாறி, இன்னும் போராட்டம் நிகழ்த்திக்கொண்டிருப்பவர் அம்பேத்கர். இதனால்தான், அந்த மக்களின் ஈடிணையற்ற தலைவராக அவர் இருக்கிறார். அதே காரணத்துக்காகத்தான் அவர் எல்லோருக்குமான தலைவராகிறார். கருப்பின மக்களுக்காகப் போராடினாலும் நெல்சன் மண்டேலாவை எல்லா மக்களும் தங்களுக்கான தலைவராக ஏற்றுக்கொள்வது எதனால்? சமூகத்தின் ஏற்றத்தாழ்வை அகற்றுவதற்கும் சமத்துவத்தை நிறுவுவதற்கும் எந்த மனிதர் பாடுபடுகிறாரோ அந்த மனிதரே உலகம் முழுமைக்குமான தலைவராகிறார்.

ஏனெனில், சமூகநீதியின் திசை நோக்கி ஒரு சமூகத்தை அவர் விழிக்க வைப்பதே அந்தச் சமூகத்தைப் பல மடங்கு மேம்படுத்துகிறது. சமத்துவத்தையும் சமூகநீதியையும் நோக்கி நம் சமூகம் சில அடிகளையாவது எடுத்துவைத்திருக்கிறது என்றால், அதற்கு அம்பேத்கரும் முக்கியமான காரணமல்லவா! இதற்காகவே, அம்பேத்கருக்கு நாம் காலமெல்லாம் நன்றிக்கடன் பட்டிருக்கிறோம்.

அம்பேத்கர் நம் எல்லோருக்குமான தலைவர். நாம் அனைவரும் இதை உணரும் காலத்தில்தான் சமூகநீதியின் உச்சத்தில் நாம் இருப்போம்!

அம்பேத்கர்: சமூகநீதிக்கான போராளி

பள்ளிக்கூடத்தில் ஒரு கோணி போட்டுத் தனியாக உட்கார வைக்கப்பட்ட குழந்தைதான் டாக்டர் அம்பேத்கர். நாட்டின் அரசியலமைப்புச் சட்டத்துக்குச் சிற்பியாக அவர் மாறியது இந்திய ஜனநாயகத்தின் சிறப்பு. இந்திய ஒருமைப்பாட்டை அது வலுப்படுத்தியிருக்கிறது.

இந்திய அரசியலமைப்புச் சட்டத்துக்கு உயிரே சமூகநீதிதான் என்பது அம்பேத்கரின் மகத்தான பங்களிப்புகளுள் ஒன்று. சமூகநீதியைப் பற்றி இன்று நாம் புரிந்துவைத்திருப்பதற்கு டாக்டர் அம்பேத்கருக்குக் கடமைப்பட்டுள்ளோம்.

1840-ல் இந்தியாவில் இருந்த 15 விதமான அடிமை முறைமைகளை வில்லியம் எனும் எழுத்தாளர் பட்டியல் போட்டுள்ளார். 1843-ல் இந்தியாவில் அடிமை முறையைச் சட்ட அளவில் கிழக்கிந்திய கம்பெனி ஒழித்தது. 1931-ம் ஆண்டு மக்கள்தொகைக் கணக்கெடுப்பு ஒன்பது வரையறைகளை வைத்து 'தீண்டப்படாத சாதி'களைப் பிரித்தது. பார்க்கக் கூடாதவை, அணுகக் கூடாதவை, தீண்டக் கூடாதவை எனப் பல சாதிகள் ஏற்ற இறக்கமான அடிமைத்தனத்தில் வைக்கப்பட்டிருந்தன.

1950-ல் இந்திய அரசியலமைப்பு, சட்ட அளவில் தீண்டாமையை ஒழித்தது. தீண்டாமை என்பது சாதிய சமூகத்தின் விளைபொருள். சாதிய சமூக முறையை ஒழிப்பது அம்பேத்கரின் லட்சியமாக இருந்தாலும் தீண்டாமை

ஒழிப்பை மட்டும்தான் அரசியலமைப்பில் அவரால் சேர்க்க முடிந்தது.

பெண் உரிமை உள்ளிட்ட அனைத்து ஜனநாயக உரிமைகளையும் நமக்கு வழங்கவே அவர் உழைத்தார். ஒடுக்கப்பட்ட மக்களுக்கான உரிமைகள் மீட்டெடுக்கப்படுவதில் அவர் தீவிரமாக இருந்தார். அரசியலமைப்பின் மிக முக்கிய அம்சமான சமூகநீதிதான் குடிமை உரிமைகள் பாதுகாப்புச் சட்டம், பட்டியல் சாதியினர் மற்றும் பழங்குடியினர் வன்கொடுமை தடுப்புச் சட்டம் என்றெல்லாம் பல வடிவங்களில் வெளிப்பட்டது.

மேலும், 'குற்றப்பரம்பரை' மக்களுக்கான மறுவாழ்வு, கையால் மலம் அள்ளுவோருக்கான மறுவாழ்வு என்று பல முனைகளிலும் சமூகநீதி வேர்பிடித்துள்ளது. ஆனால், அவற்றின் அமலாக்கம் எப்படி இருக்கிறது?

1995 முதல் 2010 வரை ஏறத்தாழ இந்தியாவில் 1 கோடியே 50 லட்சம் வன்கொடுமைகள் நடந்துள்ளன. பட்டியல் சாதி மக்கள் இந்திய அளவில் 1995 முதல் 2010 வரை 4,71,717 வழக்குகளையும், பழங்குடிகள் 86,386 வழக்குகளையும் தொடுத்துள்ளனர். ஆனால், எல்லா வழக்குகளுமே வன்கொடுமை சட்டத்தில் போடப்படுவதில்லை. உதாரணமாக, 2010-ம் ஆண்டில் இந்திய அளவில் 34,127 புகார்கள் அளிக்கப் பட்டுள்ளன. அவற்றில் 11,682 வழக்குகள்தான் வன்கொடுமை சட்டத்தில் பதிவுசெய்யப்பட்டுள்ளன. இது 34.2 சதவீதமே.

குற்றம்சாட்டப்பட்டவர்களில் 0.5 சதவீதத்திலிருந்து 8% பேரே தண்டனை பெறுகின்றனர். தமிழகத்தில் இது 5.2 சதவீதம்தான். 1995- 2007வரை பதிவான வன்கொடுமைகளில் தமிழகம் 7வது இடத்தில் உள்ளது.

பாராமை, அணுகாமை போன்ற சமூகத் தீமைகள் தற்போது அரிதாகிவிட்டன. தீண்டாமை, சாதியப் பாகுபாடுகள், சாதி, வர்ண உணர்வுகள் நீடிக்கின்றன. அவற்றைக் கடக்காமல் இந்திய சமூகத்தால் ஜனநாயகத்தை அனுபவிக்க முடியாது.

அம்பேத்கரின் லட்சியக் கனவான சாதி அழித்தொழிப்பை நிறைவேற்றும் வகையில் அரசியலமைப்பு மேம்படுத்தப்பட வேண்டும். சமூகநீதியைக் கைவிடாமல் சாதி ஒழிப்பு அமலாக வேண்டும். அதுதான் அம்பேத்கருக்கு நாம் செலுத்தும் அஞ்சலி.

தேசத்தின் பெருமிதம் அம்பேத்கர்!

ஏப்ரல் 14 அன்று நாடு முழுவதும் அம்பேத்கரின் பிறந்தநாள் கொண்டாடப்பட்டது. மத்திய - மாநில அரசுகளின் சார்பிலும் விழாக்கள் நடத்தப்பட்டன. அதேநேரத்தில், தமிழகத்தின் சில கிராமங்களில் சாதியப் பார்வையுடன் அம்பேத்கரின் பிறந்தநாள் விழா தடுக்கப்பட்டிருக்கிறது. இதற்கு காவல் துறையும் துணைபோய் உள்ளது அதிர்ச்சியளிக்கிறது. ராமநாதபுரம் மாவட்டத்தில் அம்பேத்கரின் பிறந்தநாள் விழாக்களுக்கு அனுமதி வழங்கிய காவல் துறையினர், சில இடங்களில் அதாவது பட்டியல் சாதி அல்லாதோர் வசிக்கும் பகுதிகளில் கொடிகள், ஒலிபெருக்கிச் சாதனங்கள் ஆகியவற்றைப் பயன்படுத்தக் கூடாது என்று முன்நிபந்தனை விதித்ததாகத் தெரிகிறது. இது அம்பேத்கரைக் குறுகிய பார்வையுடன் பார்ப்பதோடு மட்டுமல்லாமல், இந்திய அரசியலமைப்புச் சட்டத்தையே அவமதிப்பதாகவும் அமைந்திருக்கிறது.

ராமநாதபுரம் மாவட்டம் சத்திரக்குடி கிராமத்தைச் சேர்ந்த 'தமிழ்நாடு தீண்டாமை ஒழிப்பு முன்னணி' அமைப்பினர் அம்பேத்கரின் பிறந்தநாள் விழாவைக் கொண்டாட காவல் துறையிடம் அனுமதி கோரியுள்ளனர். அதற்கு உள்ளூர் காவல் ஆய்வாளர் ஏழு நிபந்தனைகளின்பேரில் அனுமதி வழங்கியுள்ளார். "அம்பேத்கரின் படத்தின் மீது மலர் தூவி, இனிப்புகள் வழங்கிய பிறகு அவர் படத்தை உடனடியாக அப்புறப்படுத்த வேண்டும், ஒலிபெருக்கிகளைப் பயன்படுத்தக் கூடாது, பிரச்சினைக்குரிய பகுதிகளில் விளையாட்டுகளை நடத்தக் கூடாது, கொடிகளையோ

பதாகைகளையோ உயர்த்திப் பிடிக்கக் கூடாது, விளம்பரப் பலகைகளை வைக்கக் கூடாது, முன் அனுமதியின்றி கூட்டமோ ஊர்வலமோ நடத்தக் கூடாது, மற்ற சாதியினர் வசிக்கும் பகுதிகளில் நிகழ்ச்சிகளை நடத்தக் கூடாது'' என்பதே அந்த நிபந்தனைகள். ராமநாதபுரம் மாவட்டத்தின் மற்ற கிராமங்களிலும் விழா நடத்த அனுமதி கேட்டவர்களுக்கு இதே நிபந்தனைகளே விதிக்கப்பட்டதாகத் தெரிகிறது. சட்டம்-ஒழுங்கு பாதுகாப்பு என்ற பெயரில், மறைமுகமாக காவல்துறையே சாதிய ஆதிக்கத்துக்குத் துணைபோயிருப்பது கண்டிக்கத்தக்கது. இது அம்பேத்கரைச் சிறுமைப்படுத்தும் நிகழ்வல்ல, மாறாக ஒட்டுமொத்த பொதுச்சமூகமும் தன்னைத்தானே இழிவுபடுத்திக்கொள்வதாகும்.

குறிப்பிட்ட கிராமத்திலும் அதைச் சுற்றி உள்ள பகுதிகளிலும் பல ஆண்டுகளாக அம்பேத்கர் பிறந்த நாள் கொண்டாடப்பட்டுவருகிறது. ஆனால், இதுவரை காவல் துறை இப்படி எந்த நிபந்தனையையும் விதித்ததில்லை என்று தமிழ்நாடு தீண்டாமை ஒழிப்பு முன்னணி அமைப்பைச் சேர்ந்தவர்கள் கூறியுள்ளனர். கவலையளிக்கும் இந்தப் போக்கு தொடர்பாக தமிழக அரசு உரிய விசாரணை நடத்தி கடுமையான நடவடிக்கைகள் எடுக்க வேண்டும்.

நவீன இந்தியாவை வடிவமைத்த மாபெரும் தலைவர்களில் ஒருவர் அம்பேத்கர். அவரது சிந்தனைகள் அனைவருக்குமானவை. அவரது பிறந்த நாள், அனைத்து சமூகங்களும் இணைந்து நடத்துகிற விழாவாக மாற வேண்டும். அரசும், அரசியல் கட்சிகளும் மட்டுமே அல்ல, பொதுச் சமூகமும் சேர்ந்து அதைக் கொண்டாட வேண்டும். அம்பேத்கரைக் கொண்டாடுவது, அடிப்படையில் நமக்குள் உள்ள சாதிய உணர்வை அழிப்பதற்கான குறியீடுகளில் ஒன்று. காந்தி, நேரு வரிசையில் தேசத்தின் பெருமிதம் அம்பேத்கர். அவர் இந்த நாட்டின் சொத்து.

●

ஒவ்வொருவருக்கும் ஒரு கடமை!

தீண்டாமைக் கிராமங்களை டாக்டர் பி.ஆர். அம்பேத்கர், "குறுகிய எண்ணங்கள் ஊறிய சாக்கடைகள், அறியாமை - குறுகிய மனப்பான்மை நிறைந்த இருள் குகைகள்" என்று குறிப்பிடுவார். இந்தியாவில் இப்படிப்பட்ட சாக்கடைகள், இருள் குகைகள் இன்னும் எத்தனையெத்தனை இருக்கின்றன என்று தெரியவில்லை. தீண்டாமையின் வடிவங்களும் எத்தனையெத்தனை என்று தெரியவில்லை.

கர்நாடக மாநிலம், துமகூரு கிராமத்தின் சிகை திருத்தும் தொழிலாளர்கள், பட்டியல் சாதியினருக்கு முடி வெட்டுவதில்லை என்று வெளியான செய்தி தரும் அதிர்ச்சியை விடவும் அயர்ச்சியே அதிகம் நம்மைச் சூழ்கிறது. துமகூரு சம்பவம் வெளியே தெரிந்ததும், மாவட்ட நிர்வாகம் தலையிட்டு நடவடிக்கை எடுத்திருந்தாலும், இன்னும் எத்தனை காலம்தான் இப்படியான காட்டுமிராண்டித்தனங்களால் நம்மையே நாம் அவமானப்படுத்திக்கொள்வோம்?

சட்டத்தின் முன் நாம் அனைவரும் சமம் என்பதை ஆணித்தரமாகச் சொல்கிறது இந்திய அரசியலமைப்புச் சட்டம். ஆனால், நடைமுறையில் அப்படி இல்லை. முக்கியமான காரணம் என்ன? 'நம் ஒவ்வொருவரிடமும் மாற்றம் நிகழ வேண்டும்; பல நூறாண்டுக் காலமாகப் படிந்திருக்கும் நிலவுடைமைச் சாதிய மனோபாவத்திலிருந்து நாம் ஒவ்வொருவரும்

வெளியேற வேண்டும்' என்றெல்லாம் மேடையில் பேசும் எவரும் சொல்லிவிட்டுச் சென்றுவிடலாம். ஒரு அரசாங்கமும் அரசியல் கட்சிகளும் இதையெல்லாம் தாண்டி யோசிப்பது அவசியம் என்று தோன்றுகிறது.

நம் நாட்டில் ஒடுக்கப்பட்ட மக்களுக்கு இன்றைக்குக் கிடைத்திருக்கும் கொஞ்சநஞ்ச உரிமைகளுக்கும் சலுகைகளுக்கும் மரியாதைக்கும் அடிப்படைக் காரணம், சமூகநீதியை நோக்கி அரசியல் அமைப்புகளும் அரசும் எடுத்துவைத்த அடிதான் என்பதை நாம் எல்லோருமே அறிவோம். பல ஆண்டுகளாக அரசு எடுத்த நடவடிக்கைகளின் விளைவாகத்தான் இன்று ஆட்சி அதிகாரத்திலும் பிற அங்கங்களிலும் பட்டியல் சாதியினரின் பங்கேற்பு குறிப்பிட்டுச் சொல்லும் வகையில் இருக்கிறது. ஆனால், அந்தச் சமூகநீதிப் பயணத்தின் ஆரம்ப எல்லையிலேயே நாம் தேங்கிவிட்டோம் என்பதையே துமகூரு சம்பவம் போன்றவை நமக்குச் சுட்டிக்காட்டுகிறது.

சமத்துவத்தை நோக்கிய சமூகநீதிப் பயணத்தில் முக்கியமான இடத்தை வகிப்பது அதிகாரப் பகிர்வு. சமூகத்தின் அடித்தளத்தில் இருப்பவர்களையும் அதிகாரம் சென்றடைய வேண்டும் என்றால், அதற்குப் பிரதிநிதித்துவம் முக்கியம். ஆனால், இங்கே பிரதிநிதித்துவம் எப்படி இருக்கிறது? ஏற்கெனவே பட்டியல் சாதியினருக்கு நம்முடைய அரசியல் கட்சிகள் கொடுக்கும் இடம் குறைவு எனும் சூழலில், அந்தக் குறைந்தபட்ச இடமும் எவ்வளவு பாவனை அரசியல் சார்ந்ததாக இருக்கிறது என்பதைச் சமீபத்திய ஆய்வு ஒன்று அம்பலப்படுத்துகிறது.

பகுஜன் சமாஜ் கட்சியைத் தவிர, வேறு எந்த தேசியக் கட்சியிலும் தலைமைப் பதவிக்கு பட்டியல் சாதியினர் பரிசீலிக்கப்படுவதே இல்லை என்பதை அந்த ஆய்வு சுட்டிக்காட்டுகிறது. தேசியக் கட்சிகள் மட்டும் தான் இப்படி இருக்கின்றன என்றில்லை; மாநிலக் கட்சிகளிலும் பட்டியல் சாதியினருக்கு முக்கியப் பதவிகளோ அதிக எண்ணிக்கையில் பொறுப்புகளோ தரப்படுவதில்லை. ஆக, அரசியலில் எப்படி அவர்கள் ஊறுகாயாகப் பயன்படுத்தப்படுகிறார்களோ அவ்வாறே அதிகார அமைப்பிலும் ஓரங்கட்டப்படுகிறார்கள்.

நம்முடைய சகோதரர்களுக்கு, அவர்களுக்கு உரிய கண்ணியமான, சமமான இடம் அளிக்கப்படுவதையே நாம் விரும்புகிறோம் என்றால், இங்கே நாம் ஒவ்வொருவரும் செய்ய வேண்டிய காரியங்கள் என்று நிறைய இருக்கின்றன. அரசியல் கட்சிகளுக்கு அப்படியான கடமைகளில் முக்கியமானது, தம்முடைய சொந்த அமைப்பில் அவர்களுக்கு உரிய பிரதிநிதித்துவத்தை உண்மையாக அளிப்பது!

நேர்காணல்களில் அண்ணல்

இந்து குணசேகர்
பத்திரிகையாளர்

மாணவர்களின் தலைவர் அம்பேத்கர்

அம்பேத்கரின் ஜெய் பீம் முழக்கம் இன்றைய மாணவர்களின் உரிமையை மீட்டெடுக்கும் குரலாக ஒலித்துக் கொண்டிருக்கிறது.

டெல்லி ஜவஹர்லால் நேரு பல்கலைக்கழகம், ஹைதரபாத் பல்கலைக்கழகம் என நாட்டின் பல்வேறு முதன்மை பல்கலைக்கழகங்களில் மாணவர்களின் மீது ஏவப்படும் அடக்குமுறைகளுக்கு மாணவர்களின் தரப்பில் ஒட்டுமொத்த குரலாக அம்பேத்கர் ஒலித்துக்கொண்டிருக்கிறார்.

அம்பேத்கர் என்ற தலைவரை இந்திய சமூகங்கள் பல நேரங்களில் புறக்கணித்த சமயங்களில் இன்று சமவுரிமையை பெறுவதற்காக மாணவர்கள் அம்பேத்கரை தங்களது தலைவனாக தன்னெழுச்சியாகவே ஏற்றுக்கொண்டுள்ளனர்.

அம்பேத்கரின் போராட்டங்கள் ஒடுக்கப்பட்ட சமூகத்தினருக்காகவே ஆரம்ப காலத்தில் பார்க்கப்பட்டாலும் அம்பேத்கரின் போராட்டமும் அவரின் தத்துவமும் குறிப்பிட்ட சமூகத்தினருக்காக மட்டுமே அமையவில்லை என்பது மாணவர்கள் உணர்த்தும் வரலாற்று உண்மை.

அம்பேத்கர் அனைத்து மக்களின் சமவுரிமைக்காக போராடினார். அதற்கு அவர் கையில் எடுத்ததுதான் அனைவருக்குமான கல்வி. அம்பேத்கரின் இந்தப்போராட்ட அணுகுமுறைதான் மாணவர்கள் அம்பேத்கரை தங்களது போராட்டத் தலைவராக ஏற்க வழிசெய்துள்ளது.

அம்பேத்கர் இந்தியச் சமூகத்துக்கு தேவை

சென்னைப் பல்கலைக்கழக மாணவர் முகில் தங்கம்: அனைத்து நான் அம்பேத்கரை சமூகத்துக்கான தலைவராக பார்க்கிறேன். ஏனென்றால் அம்பேத்கர் முன்வைத்த கொள்கைகள் அனைத்துமே இந்திய சமூகத்துக்கு தேவையான கொள்கைகள். அரசியல் ரீதியாகவும், பொருளாதார ரீதியாகவும் அவரது கொள்கைகள் கார்ல் மார்க்ஸிற்கு இணையானவராகவே அம்பேத்கர் என்னால் பார்க்கப்படுகிறார்.

சாதிய பிரச்சனைகள், மத பிரச்சினைகள், மறுக்கப்படும் சம உரிமை ஆகியவற்றுக்கான தீர்வு அம்பேத்கர் எழுத்துகளில் இருக்கிறது. ஆனால் அம்பேத்கரை ஒரு குறிப்பிட்ட சாதிய தலைவராக தொடர்ந்து இந்தச்சமூகம் நிலைநிறுத்துவது இந்தியாவின் சாதிய மன நிலையைத்தான் தொடர்ந்து பிரதிபலிக்கிறது. இன்றும்கூட அம்பேத்கர் பிறந்தநாள் தொடர்ந்து ஒரு குறிப்பிட்ட சமூகத்தினரால் மட்டுமே கொண்டாடப்படுகிறது.

இந்திய தலைவர்களான காந்தி, நேரு, நேதாஜி இன்னும் பல தலைவர்களை ஏற்றுக்கொள்ளும் முற்போக்குவாதிகள் அம்பேத்கரின் எழுத்துகளை படிக்கவும் இல்லை, அம்பேத்கரை ஏற்றுக்கொள்ள அவர்கள் தயாராகவும் இல்லை என்பதே உண்மை.

மனித மாண்பை மீட்டெடுத்தல், இதுவே அம்பேத்கரின் அடிப்படையான கருத்து. இந்தக் கருத்துதான் பல தடைகளை தாண்டி அம்பேத்கரை மாணவர்களிடத்தில் கொண்டுசேர்த்திருக்கிறது.

கல்வி சம உரிமையே அம்பேத்கரின் முக்கிய பார்வை

சமூக ஆர்வலர், வழக்கறிஞர் மு. வெற்றிசெல்வன்: அம்பேத்கர் போராட்ட நோக்கங்கள் பலவாக இருந்தாலும் கல்வி சமவுரிமையையே அவர் அடிப்படையாக தனது போராட்டங்களில் முன்வைத்தார். அதனை அம்பேத்கர் உருவாக்கிய அரசியலமைப்பு சட்டத்திலும் காணலாம். மாணவர்கள் அம்பேத்கரை எளிதாக உள்வாங்கிக் கொள்ள இதுவே மூல காரணம் என்று நினைகிறேன். தமிழகத்தில் பெரியார் சுயமரியாதை இயங்கங்கள் தோன்றிய ஆரம்ப காலக்கட்டத்திலிருந்தே அம்பேத்கரின் அறிமுகம் தமிழகத்தில் பரவலாக கிடைத்து விட்டது. 90-களில் மண்டல் கமிஷன் போராட்டத்துக்குப் பிறகு பிற்படுத்தப்பட்டவர்களும் அம்பேத்கரை தங்களுக்கான தலைவராக ஏற்றுக் கொள்ள ஆரம்பித்தனர். அதனைத் தொடர்ந்து மாணவர்களிடத்தில் அம்பேத்கரை பற்றிய வாசிப்பு அதிகரிக்க ஆரம்பித்தது. அம்பேத்கரின் கருத்துகள் புதிய கோணத்துடன் பார்க்கப்பட்டன. இப்போது உள்ள மாணவர்கள் அனைவரும் 90-களின் பிற்பகுதியில் பிறந்தவர்கள் என்பதால் அவர்களால் அம்பேத்கரின் கருத்துகளுடன் தங்களை எளிதாக தொடர்பு படுத்திக் கொள்கின்றன.

இவ்வாறு அம்பேத்கர் மாணவர்களிடத்தில் போராட்ட நாயகனாக உருவாகியிருக்கிறார்.

●

தியாகச் செம்மல்

பத்திரிகையாளர்

அம்பேத்கர் பிறந்த நாள் அடையாளம் அல்ல, அவசியம்

அம்பேத்கர் பிறந்த தினம் இன்று நாடு முழுவதும் கொண்டாடப்பட்டு வருகிறது. பல்வேறு தளங்களில் அவரது புகழ் பேசப்பட்டும் எழுதப்பட்டும் பரப்பட்டும் வருகிறது.

மகிழ்ச்சிக்குரிய ஒன்றாக தமிழகத்தில் முன் எப்போதும் இல்லாத அளவுக்கு பெரியாரிய, அம்பேத்கரிய, மற்றும் இடதுசாரி அமைப்புகள் மாநிலத்தின் மூளை முடுக்குகளில் எல்லாம் அம்பேத்கரின் பிறந்த நாளை முன் எடுத்து கொண்டாடி வருகின்றனர். அவர் பிறந்த தினத்தில் அவரை பற்றி பேசுவது எந்த அளவிற்கு தேவையோ அந்த அளவிற்கு பேசப்பட வேண்டிய ஒன்று அவர் இறுதி வரை குரல் கொடுத்த ஒடுக்கப்பட்ட மக்களின் வாழ்வு நிலை இன்று எவ்வாறு உள்ளது என்பது குறித்து தான்.

அந்த விவாதத்தையும் அம்பேத்கரில் இருந்தே தொடங்க வேண்டியிருக்கிறது, சட்ட மேதையாக அரசியல் அமைப்புச் சட்டத்தை இயற்றியவராக புகழப்பட்டாலும், அவரை ஒரு பட்டியல் சாதி தலைவராக பார்த்து அவர் படத்தைக்கூட மாட்டி வைப்பதில் மிகப் பெரிய தயக்கம் தமிழகம் போன்ற மாநிலங்களில் இருந்ததை வரலாற்றின் கருப்பு பக்கங்கள் குறித்து வைத்துள்ளன. ஏன் தமிழ்நாட்டின் ஒரு நீதிமன்றத்தில் இருந்த அம்பேத்கர் படத்தை அகற்ற கூறிய ஒரு நீதிபதியின் செயலுக்கு எதிராக கடுமையான போராட்டங்களை நடத்தி மீண்டும் அம்பேத்கர் படம் வைக்கப்பட்ட வரலாறும் உண்டு.

அரசு அலுவலகங்களில் அம்பேத்கர் படத்தை கட்டாயம் மாட்ட வேண்டும் என்று திமுக ஆட்சியிலிருந்த போது அரசாணையே வெளியிடப்பட்டது. இந்த கட்டுரை எழுதப்பட்டு கொண்டிருக்கும் நேரத்தில் கூட அந்த அரசாணையை முறையாக அமல்படுத்தக் கோரி அருந்ததியர் மக்கள் இயக்கம், ஆதி தமிழர் பேரவை போன்ற அமைப்புகள் போராட்டம் நடத்தி வருகின்றனர் என்பது சுட்டிக்காட்டத்தக்கது.

அம்பேத்கர் படத்திற்கான அரசாணை குறித்த விவரங்களை அறிய எழுத்தாளரும், விடுதலை சிறுத்தைகள் கட்சியின் பொதுச் செயலாளருமான ரவிக்குமாரை தொடர்பு கொண்ட போது " அரசு அலுவலகங்களில் அம்பேத்கர் படத்தை மாட்டுவதற்கு வலியுறுத்துவது எந்த அளவுக்கு முக்கியமானதோ அந்த அளவுக்கு தேவையானது, மக்களின் பாதுகாப்புக்கான பட்டியல் சாதியினர் ஆணையத்தை அமைப்பது, பட்டியல் சாதி ஆணையம் இல்லாத ஒரே மாநிலம் தமிழகம் தான், இட ஒதுக்கீட்டில் மற்ற மாநிலங்களை ஒப்பிடும் போது ஓரளவு வாய்ப்புகளை உருவாக்கி தந்த திராவிட கட்சிகள் ஆண்ட இங்கே ஒரு ஆணையம் அமைப்பதில் பல்வேறு அரசியல் முட்டுக்கட்டைகள் போடப்பட்டதை, சட்டமன்ற உறுப்பினராக இருந்த போது நான் நேரில் கண்டிருக்கிறேன்" என்றார். அம்பேத்கர் படத்தை கூட மாட்டுவதற்கு ஒரு இடத்தில் தயக்கம் காட்டப்படுகிறது என்றால் அங்கு ஒடுக்குமுறையும் தீண்டாமையும் நிலவுகிறது என்பது தானே அர்த்தம், படமானாலும் சிலையானாலும் பெரும் தடைகளுக்குப் பிறகே அம்பேத்கரை நிலை நிறுத்த முடிகிறது என்றார் ரவிக்குமார்.

அம்பேத்கரின் அரசியல் அறிவும், மொழி ஆளுமையும் மிகவும் நுட்பமானது. தாழ்த்தப்பட்ட மக்களுக்கான பெயரைப் பதிவுசெய்யும்போது கூட *SCHEDULED CASTE, SCHEDULED TRIBE* என்று வார்த்தைகளை கோர்கிறார், அதாவது அரசியலமைப்புச் சட்டப்படி *SCHEDULED* என்னும் போது பட்டியலிடப்பட்ட மக்கள் என்ற அந்தஸ்தை பெறுகிறார்கள். அப்படி பட்டியலிடப்படும் போது அவர்களின் பாதுகாப்பு மற்றும் உரிமை சார்ந்தவற்றில் பொறுப்பாளராக இந்த நாட்டின் குடியரசு தலைவர் மாறுகிறார். பட்டியல் சாதியினர் ஆணையத்துக்கான தேசியத் தலைவருக்கு வழங்கப்பட்டுள்ள அதிகாரம் என்பது அபரிமிதமானது (ஆனால் அவற்றை முழுவதுமாக பயன்படுத்துவதுமில்லை, பயன்படுத்துவதற்கான அரசியல் சூழலும் இல்லை). அப்படிபட்ட ஒரு ஆணையத்துக்கான வாய்ப்பை தமிழகம் இத்தனை ஆண்டுகள் மறுத்து வருவது ஏற்புடையதா? தற்போது தமிழகத்தில் விழித்து பார்த்திரு என்ற திட்டத்தின் கீழ் மாவட்ட ஆட்சி தலைவர் தலைமையில் பட்டியல் சாதி மக்களின் பாதுகாப்புக்கு என்று ஒரு குழு உள்ளது. மேலும் இந்த குழு ஆண்டுக்கு ஒரு முறை முதலமைச்சர் தலைமையில் கூடி பட்டியல் சாதி மக்களின் நிலை குறித்து விவாதிக்க வேண்டும். ஆனால் கடந்த 6 ஆண்டுகளில்(2017) ஒரு முறை கூட இந்த குழுவின் கூட்டம் நடைபெறவில்லை.

தீண்டாமைக்கு எதிரான சட்டங்கள் கடுமையாக்கப்படும் அதே வேளையில் சாதி பாகுபாட்டை அழித்தொழித்தல் குறித்த ஒரு தீவிர பிரச்சாரமும் இங்கு முன் எடுக்கப்பட வேண்டும். மேலும் அம்பேத்கரை ஒரு பட்டியல் சாதியினரின் தலைவராக முன் நிறுத்தும் அரசியலும் மிகப் பெரிய வெற்றியை பெற்றிருப்பது தீராத சோகம். அம்பேத்கரின் போராட்டம் முதலில் பிற்படுத்தப்பட்ட மக்களுக்காகவே முன்னுரிமை வழங்கியது. ஏன் அவர் இயற்றிய சட்டங்களும் பிற்படுத்தப்பட்ட மக்களின் உரிமைக்காகவும் உரத்து குரல் கொடுத்தது, ஆனால் இன்று அம்பேத்கரை தீவிரமாக எதிர்ப்பவர்களில் பிற்படுத்தப்பட்ட மக்களில் ஒரு சாரார் இருப்பது வரலாற்று வேதனையை ஏற்படுத்துகிறது.

பிற்படுத்தப்பட்ட மற்றும் பட்டியல் சாதியனர் இடையே அதிகரிக்கும் வன்மம், ஆணவக் கொலை, தீண்டாமை என அம்பேத்கரின் கனவுகளை சுக்கு நூறாய் உடைத்து எரியும் சம்பவங்கள் அரங்கேறும் வேளையில் அவரை மீள் வாசிப்பதும், அவர் கருத்துக்களை சமூக எண்ணத்தின் மாற்றத்துக்காக தீவிரமாக பயன்படுத்துவதுமே, இலக்கு நோக்கிய பயணத்துக்கு சரியான திசையை காட்ட முடியும். அதுவரை அம்பேத்கரின் பிறந்த நாள் கொண்டாட்டம் என்பது அடையாளமே.

“அடையாளமாய் நில்லாமல் அவசியமாய் மாறட்டும் அண்ணலின் பிறந்த நாள்”.....

க.சே.ரமணி பிரபா தேவி

பத்திரிகையாளர்

இன்றைய காலகட்டத்துக்கு அம்பேத்கர் ஏன் தேவை?- சில பெண்களின் பார்வையில்.

வழக்கறிஞர் அருள்மொழி

இந்தியாவின் முன்னேற்றத்துக்கு மிகப்பெரிய தடையாக இருப்பது ஜாதி என்னும் குறுகிய எண்ணம். பெரியவர், சிறியவர் என்ற பாகுபாடில்லாமல் அந்தத் தீமை எல்லோரையும் சுட்டுப் பொசுக்குகிறது.

ஜாதி என்னும் நச்சைப் புரிந்துகொள்ள, விடுபட அம்பேத்கரைப் படிக்க வேண்டும். புகை அதைப் பிடிக்காதவரையும் பாதிப்பது போல ஜாதியின் வீச்சு எல்லோரையும் பாதிக்கிறது என்பதை ஆய்வுபூர்வமாகச் சொன்னவர் அம்பேத்கர்.

தலைவர்கள் மீதான மரியாதை ஆட்களைப் பொறுத்து மாறுகிறது, மாற்றப்படுகிறது என்பதற்கு அம்பேத்கர் ஓர் உதாரணம். பாடநூல்களில் வரலாற்றில் தொடர்ந்து மறைக்கப்பட்டு வரும் ஆளுமை அவர். பட்டியல் சாதியனரின் தலைவர், அரசியல் சாசனத் தந்தை என அவரின் வரலாற்றைச் சுருக்கிவிட்டோம்.

அவர் வாழ்ந்த காலகட்டத்தில், அவரை விடப் பெரிய படிப்பாளி கிடையாது. அதிக பட்டங்களை ஆய்வு செய்து பெற்றவர். ஆராய்ச்சி அறிவும், ஆங்கிலப் புலமையும் பெற்றவர். எளிமையால் உயர்ந்தவர். வாழ்க்கையின் அத்தனை செயல்பாடுகளையும் நெறிப்படுத்தத் தலைப்பட்டவர்.

இந்திய அரசியலமைப்பு, ரேஷன் முறை, தொழிற்சாலை மற்றும் தொழிலாளர் சட்டங்கள், பேறுகால நன்மை சட்டம், வேலைவாய்ப்பு அலுவலகங்கள், பணியாளர் தேர்வு முறை உள்ளிட்டவைகளின் முன்னோடி. சமுதாய, சமூக வேறுபாடுகள் மறந்து, நம்மை நாமே உற்றுப்பார்க்கவும், திருத்திக்கொள்ளவும் மனிதர்களுக்குத் தேவையான உயர் பண்புகளை அன்றே சொல்லிச் சென்றவர் அம்பேத்கர்.

அஜிதா

அம்பேத்கரின் தேவைக்கு என்னால் இரு முக்கியக் காரணிகளைச் சொல்ல முடியும். முதலாவது உணவு, உடை என பட்டியல் சாதியனரின் கலாச்சாரம் மறுக்கப்படுவது. காலங்காலமாக அவர்களில் கணிசமானோர் சாப்பிடும் மாட்டிறைச்சியை மறுப்பதும் அடிப்படை உரிமையை மறுப்பதுதான்.

இரண்டாவது உயர் கல்வி நிறுவனங்களில் தாழ்த்தப்பட்ட மற்றும் பிற்படுத்தப்பட்ட மக்களின் உரிமையை மறுப்பது. பள்ளிக் கல்வி அவர்களை உயர்நிலையை அடையச் செய்வதில்லை. உயர் கல்வி நிறுவனங்களில் பாரபட்சம் நிலவுகிறது. பட்டியல் சாதியனர் மதிக்கப்படுவதில்லை. அதனாலேயே அத்தகைய இடங்களில் பட்டியல் பிரிவில்18-19% மாணவர்கள் மட்டுமே படிக்கின்றனர்.

90% பல்கலைக்கழக வேந்தர் மற்றும் துணை வேந்தர் பதவிகளில் உயர் சாதியினரே உள்ளனர். பட்டியல் சாதியனருக்கு எங்கே பிரதிநித்துவம்? இந்நிலை மாறினால் மட்டுமே சமூக மாற்றத்துக்கு வித்திட முடியும்.

சாதியை அழித்தொழித்தல், தீண்டாமைக் கொடுமை உள்ளிட்ட அம்பேத்கரின் பல நூல்களின் தொகுதிகள் இதுவரை எங்குமே முழுதாக வெளியிடப்படவில்லை. வாக்கு வங்கி அரசியலுக்காக அம்பேத்கரைப் பயன்படுத்துபவர்கள், அவரின் கருத்துகள், விழுமியங்களை நடைமுறைக்குக் கொண்டுவரவில்லை என்பது கசப்பான உண்மை.

பாலபாரதி

அம்பேத்கர் சமூகத்துக்கு எவ்வளவோ பங்காற்றி இருந்தாலும், அதில் முதலாவதாகவும், முக்கியமானதாகவும் இந்திய அரசியலமைப்பைப் பார்க்கிறேன். பல்வேறு மதங்கள், பல ஜாதி அடுக்குகளுக்கு இடையே சமத்துவத்தை நிலைநாட்ட முயற்சித்து அதில் வெற்றியும் கண்டவர் அம்பேத்கர். இந்தியாவை ஒரே மதம், ஒரே இனம் என்று மாற்ற எடுக்கப்பட்ட முயற்சிகளை முறியடித்தவர்.

காந்திக்கு இணையான ஒரு தலைவரை, சாதி தலைவர் என்று சித்தரித்துவிட்டோம். 1951-ல் சட்ட அமைச்சராக இருந்தபோது பெண்களுக்கான இந்து சட்டத்தை நிறைவேற்ற முயற்சித்தவர் அம்பேத்கர்.

அதன்மூலம் பெண்களுக்கான சொத்துரிமை, விவாகரத்து உரிமை, மறுமணம் ஆகியவற்றை நிலைநாட்ட முயன்றார். அது நடக்காததால் பதவியைத் துச்சமெனக் கருதி ராஜினாமாவும் செய்தார்.

இன்றைய பெண்கள் அமைப்புகள் அவரின் போர்க்குணம், முயற்சியைப் பின்பற்ற வேண்டும். குடும்ப, மத, சமூக ரீதியான அடக்குமுறைகளை கையாள, பெண்ணுரிமைப் போராட்டத்தைத் தொடர, சட்ட உரிமைகளை முன்னெடுக்க இன்றைய காலகட்டத்துக்கு அம்பேத்கர் தேவை.

சல்மா

இன்றைய இந்திய சூழல் அபாயகரமான நிலைக்குத் தள்ளப்பட்டிருக்கிறது. சுதந்திர இந்தியாவின் மிக மோசமான காலகட்டத்தில் வாழ்ந்துகொண்டிருக்கிறோம். ஒடுக்கப்பட்டவர்களின் குரல்களை மேலெழ விடாமல் அடக்கிக்கொண்டே இருக்கிறோம்.

ஒரு காலத்தில் அவர்கள் அனைவருக்கும் ஆபத்பாந்தவனாய் அம்பேத்கர் இருந்தார். அவர் ஒடுக்கப்பட்டவர்களுக்காக மட்டுமின்றி, பெண்களுக்காகவும் போராடினார். அவர்களின் விடுதலையை ஒட்டுமொத்த மானுடத்தின் விடுதலையாகக் கருதினார். தனி மனித உரிமைகளுக்கான சுதந்திரமான, அச்சமில்லாத, தைரியமான சமூகமே அம்பேத்கரின் எண்ணமாக இருந்தது.

அவர் கண்ணைக் கட்டியது போல வாழ்ந்துகொண்டிருந்த பெண்களின் விழிப்புணர்வற்ற தன்மையைச் சாடினார். பெண்கள் விழித்தெழ வேண்டும் என்றார். சக மனிதர்களை மரியாதையுடன் நடத்தச் சொன்னார். தற்போது தேசபக்தி என்ற பெயரில் ஒற்றைத் தன்மை நிலவுகிறது. பன்முகத்தன்மை மெல்ல மெல்ல அழிந்துகொண்டிருக்கிறது. அதனால் இப்போதுதான் அம்பேத்கரின் தேவை அதிகமாக இருக்கிறது.

கல்வி அமைப்புகளில், சிந்தனை முறைகளில், அறிவார்ந்த சூழலில் அம்பேத்கர் மறு வாசிப்புக்கும், மறு பரிசீலனைக்கும் உட்படுத்தப்பட வேண்டும். இதுவே இன்றைய சமூகத்தின் இன்றியமையாத தேவை!

நினைவிடமும் இறுதி நிமிடமும்

அனன்யா வாஜ்பாய்
ஆய்வாளர்

சுதந்திரம் ஏன் முக்கியமானது?

கேம்டனில் உள்ள லண்டன் பாரோவில் 'பிரிம்ரோஸ் ஹில், எண். 10 கிங் ஹென்றி வீதி' என்ற முகவரியில் உள்ள வீட்டின் முன், நீலநிறத்தில் உள்ள பெயர்ப் பலகை வரலாற்று முக்கியத்துவம் வாய்ந்த செய்தியைச் சுமந்தபடி நிற்கிறது. 'டாக்டர் பீம்ராவ் ராம்ஜி அம்பேத்கர், 1891-1956, சமூக நீதிக்காகப் பாடுபட்ட இந்தியப் போராளி 1921-22-ல் இங்கு வசித்தார்' என்கிறது. 2015-ல் மகாராஷ்டிர அரசு விலைக்கு வாங்கிய அக்கட்டிடம் அருங்காட்சியகமாகத் தயாராகிக் கொண்டிருக்கிறது.

பட்ட வகுப்பின் இறுதியாண்டு மாணவராக, 30வயதைக் கடந்த நிலையில், அந்த வீட்டிலிருந்துகொண்டு படித்தார் அம்பேத்கர். அவருக்கு 17வயதிலேயே திருமணமாகியிருந்தது. அவருடைய இளம் மனைவியும் குழந்தையும் பம்பாயில் இருந்தனர். பரோடா மகாராஜாவுக்கு 'மிலிட்டரி செக்ரட்டரி' என்ற ஆலோசகர் பதவியிலிருந்த அம்பேத்கர், 1913-1917-ல் வெளிநாடு சென்று மேலும் படிக்க வேண்டும் என்பதற்காக அந்தப் பதவியை, ராஜிநாமா செய்தார். இதனால் 10ஆண்டுகளுக்கு அவருக்குத் தடையின்றி கிடைத்திருக்கக்கூடிய கல்வி உதவித்தொகைக்கு ஆபத்து வந்தது. அவரது விலகல் பரோடா மகாராஜாவுக்கும் பம்பாயில் இருந்த சில பிரமுகர்களுக்கும் அதிருப்தியை ஏற்படுத்தியது. ஆயினும் தன்னுடைய சொந்தச் செலவிலாவது மேலும் படிக்க அம்பேத்கர் முடிவுசெய்தார்.

1918 முதல் 1920 வரையில் பம்பாயில் சைடன்ஹாம் கல்லூரியில் அரசியல் பொருளாதாரப் பாடம் நடத்தி, பிரிட்டன் செல்லப் பணம் சேமித்தார். நியூயார்க் நகரில் கொலம்பியா பல்கலைக்கழகத்தில் முதல் டாக்டர் பட்டம் பெற்ற அம்பேத்கர், லண்டன் ஸ்கூல் ஆஃப் எகனாமிக்ஸ் என்ற உயர் கல்வி நிறுவனத்தில் இரண்டாவது டாக்டரேட் வாங்கத் தீவிரமாக உழைத்தார். அதே நேரத்தில், லண்டனில் கிரேஸ் இன் என்ற சட்டக் கல்லூரியில் சட்டத்திலும் பட்டப் படிப்பு படித்தார். இதனால் அவருக்கு நேரமும் பணமும் போதவில்லை.

படிப்பின் மூலம் விடுதலை

'அம்பேத்கர் மிகுந்த சிக்கனமாகவும், எளிமையாகவும் வாழ்ந்தார். பசி, வறுமை, தனிமை ஆகியவை வாட்டினாலும் கல்வியில் உயர் சாதிக்காரர்களை விட சாதித்துக் காட்ட வேண்டும் என்ற லட்சியம் காரணமாக அவற்றைப் பொருட்படுத்தாமல் படிப்பில் கவனம் செலுத்தினார். பிரிட்டிஷ் அருங்காட்சியக நூலகம், இந்திய அலுவலக நூலகம், லண்டன் பல்கலைக்கழக நூலகம் ஆகியவற்றில் காலை முதல் இரவு வரை மாறி மாறி இடைவிடாமல் படித்துக்கொண்டிருப்பார். அமெரிக்க, பிரிட்டிஷ் பல்கலைக்கழகங்களிலிருந்து பட்டங்கள் பெற்ற பிறகு, ஜெர்மனியில் பயில பான் நகருக்குப் பயணமானார். 1923-ல் கைப்பணம் முழுக்கத் தீர்ந்த பிறகே இந்தியா திரும்பினார்' என்று அவருடைய வாழ்க்கைக் குறிப்பில் எழுதியிருக்கிறார் தனஞ்செய் கீர்.

அடுத்த நாள் காலையில் அந்த வீட்டுக்கு மறுபடியும் சென்றபோது, படிப்பில் மிகச் சிறந்து விளங்க வேண்டும் என்ற வேட்கை காரணமாக

அம்பேத்கர் வாழ்ந்த கடினமான வாழ்க்கை என் கண் முன் தோன்றியது. அந்த வீடு அம்பேத்கர் தனது இளமையில் வாழ்ந்த காலத்தை மட்டும் நினைவுபடுத்தவில்லை, படிப்பின் மூலம் 'விடுதலை' பெற்றுவிட வேண்டும் என்ற அவருடைய விருப்பத்தையும் நினைவுபடுத்தியது. சாதியிலிருந்தும், சமூகம் தன்னைச் சிறுமைப்படுத்துவதிலிருந்தும், இன வெறியிலிருந்தும், காலனியாதிக்கத்திலிருந்தும் இந்தியாவோ - அமெரிக்காவோ - பிரிட்டனோ எந்த நாடாக இருந்தாலும் காட்டப்படும் பாகுபாட்டிலிருந்தும் விடுதலைபெற விரும்பினார். அவருடைய வாழ்நாள் முழுக்க சாதி அடையாளம் காரணமாக அவமானங்களைத் தொடர்ந்து எதிர்கொண்டார்.

அம்பேத்கர் சாதியமைப்புக்கு எதிராக நடத்திய போராட்டம் அனைத்தும் சமத்துவம், நீதிக்கான கிளர்ச்சி என்பதாகவே புரிந்துகொண்டிருக்கிறேன். உயர் சாதி இந்துக்கள், தேசியவாதம் பேசும் மேல்தட்டு மக்கள் ஆகியோரை விட, அதிகம் படித்தவராகிவிட வேண்டும் என்ற வேகம் அவரைப் பற்றியிருந்தது. சாதிகளை ஒழித்துவிட வேண்டும் என்ற அவருடைய போராட்ட உணர்வின் அடிநாதமாக இருந்தது, சாதியத் தளைகளிலிருந்து விடுதலை பெற வேண்டும் என்ற வேட்கை உணர்வே.

'தி நியூயார்க் டைம்ஸ்' நாளிதழில் மன்சூர் அடாய்ஃபி என்ற அரபு எழுத்தாளர், இதன் இன்னொரு கோணத்தைக் காட்டுகிறார். கியூபாவின் தென் கிழக்கில் அமெரிக்க ராணுவத்துக்குச் சொந்தமாக குவாந்தநாமோ விரிகுடாவில் உள்ள சிறையில் அடைக்கப்பட்டவர்களின் நிலையை அக் கட்டுரையில் விவரித்துள்ளார். அச்சிறைவாசிகள் அருகில் உள்ள கடலை எப்படியாவது பார்த்துவிட வேண்டும் என்று ஏக்கத்துடன் காத்திருக்கின்றனர். ஒரு நாள் கியூபாவை நோக்கி சூறாவளி வரத் தொடங்கியது. அங்கிருந்த தடுப்புகளைச் சிறை நிர்வாகிகள் அகற்றினர். அந்தச் சில நாட்களில் கைதிகளிடையே பெருத்த உற்சாகம் ஏற்பட்டது. ஓவியங்கள், கவிதைகள், வசன நடையில் உரையாடல்கள் என்று அவர்களிடமிருந்து மகிழ்ச்சி பல விதங்களில் வெளிப்பட்டது. "கடல் என்பது சுதந்திரத்தின் குறியீடு" என்கிறார் அடாய்ஃபி.

அறிவே சுதந்திரம்

தமிழ் நாவலாசிரியர் பெருமாள் முருகன் கவிதைகளையும் எழுதியிருக்கிறார். இவற்றில் சில குல தெய்வமான அர்த்தநாரீஸ்வரருக்கு அர்ப்பணிக்கப்பட்டவை. எஞ்சியவை பஞ்ச பூதங்களையும் கொங்கு நாட்டின் நிலப்பரப்பையும் இயற்கைக் காட்சிகளை யும் உள்ளடக்கியவை. கவிதையில் கையாளும் வரிகள் மண்ணின் மணம் கமழ்பவை. பனை மரம்தான் அவருடைய வீட்டுக்கும் வேர்களுக்குமான அடையாளம். பெருமாள் முருகன் இந்தக் கவிதைகளை கர்நாடக இசைக் கலைஞர் டி.எம்.கிருஷ்ணாவிடம் அளித்துவிட்டார். கிருஷ்ணா அவற்றை இசையாக உருமாற்றிவிட்டார்.

இருவரும் கருத்துச் சுதந்திரத்தின் மீதான தாக்குதல்களுக்குத் தொடர்ந்து எதிர்ப்புத் தெரிவித்து வருபவர்கள்.

பெருமாள் முருகனின் விருத்தங்கள், மாதொரு பாகனிடம் பாதுகாப்பையும் ஏற்பையும் வழங்குமாறு இறைஞ்சுகின்றன. அவருடைய கீர்த்தனைகள் அவருக்கு உற்சாகம் அளித்த நிலத்தையும் மொழியையும் கொண்டாடுகின்றன. காற்று என்ற தலைப்பில் பெருமாள் முருகன் எழுதியுள்ள கவிதையை, நளினகாந்தி ராகத்தில் பாடலாக்கியிருக்கிறார் கிருஷ்ணா. அடக்கவும் கட்டுப்படுத்தவும் முடியாத காற்றைப் பற்றியது அந்தப் பாடல். காற்று தான் விரும்பும் இடங்களுக்குச் செல்கிறது, தனக்குப் பிடித்தவர்களைத் தீண்டுகிறது, எல்லைகளையும் பிரிவினைகளையும் தாண்டி தடையில்லாமல் செல்கிறது.

தீட்சா பூமி

அந்தக் காற்று வேறொன்றுமில்லை, சுவாசம்தான். சுதந்திரம் என்கிற சுவாசம் இல்லாவிட்டால் சம்பவிப்பது மரணம்தான். அம்பேத்கருக்கு அறிவு தான் சுதந்திரம். அடாய்ஃபி சுட்டிக்காட்டியபடி பலருக்குக் கடல்தான் சுதந்திரம், பெருமாள் முருகனுக்குக் காற்றுதான் சுதந்திரம்.

சுதந்திரம் நம் அனைவருக்கும் அவசியம். நாம் உயிர் வாழ அதைத் தேட வேண்டும், அதற்கு எத்தனை தடைகள் வந்தாலும் அடைய வேண்டும். சுதந்திரத்தை மறுப்பது நமக்கு வாழ்க்கையை மறுப்பதைப் போல.

அக்டோபர் 14, 1956-ல் டாக்டர் பீம்ராவ் அம்பேத்கர் பௌத்த மதத்தைத் தழுவினார். மகாராஷ்டிர மாநிலத்தின் நாகபுரி நகரில் அவருடன் நான்கு லட்சத்துக்கும் மேற்பட்டோர் மதம் மாறினர். அந்த இடம் 'தீட்சா பூமி' என்ற பெயரை அதுமுதல் பெற்றது. சாதி இழிவைச் சுமத்திய இந்து மதத்தை நிராகரித்து, அவர் புத்த மதத்தில் சேர்ந்தார். "சுதந்திரம், சமத்துவம், சகோதரத்துவம் ஆகியவற்றைப் போதிக்கும் பௌத்த மதத்தை விரும்புகிறேன்" என்று அறிவித்தார்.

அம்பேத்கர் வாழ்ந்த பிரிம்ரோஸ் ஹில் வீட்டில் ஒரு பதாகை தொங்குகிறது. இந்து மதத்திலிருந்து பௌத்தத்துக்கு ஏன் மாறினேன் என்று அம்பேத்கர் கூறிய வாசகம் அதில் இடம்பெற்றுள்ளது. "சுதந்திரம், சமத்துவம், சகோதரத்துவத்து கற்றுக்கொடுக்கும் மதத்தை நான் விரும்புகிறேன்" என்கிறார் அம்பேத்கர். அவருடைய பட்டியலில் முதலில் வருவது 'சுதந்திரம்'!

•

இரா.வினோத்
பத்திரிகையாளர்

டெல்லி அம்பேத்கர் நினைவகத்தில் ஓர் உலா

டெல்லி செல்லும்போதெல்லாம் '26, அலிப்பூர் சாலை' என்ற முகவரிக்குப் போக வேண்டும் என நினைப்பேன். பாபா சாகேப் அம்பேத்கர் கடைசியாக மூச்சுவிட்ட, மஹா பரிநிர்வாண பூமியின் முகவரி அது. அதனைக் 'கண்டுணர' வேண்டும் என்பது அம்பேத்கரைப் படித்த பிறகு பிறந்த ஏக்கம். ஆனால், கட்டற்று வளர்ந்திருக்கும் டெல்லியில், அம்பேத்கர் தேசிய நினைவகம் எங்கு இருக்கிறது என்று பலருக்கும் தெரியவில்லை. டெல்லிவாழ் விஷயமறிந்த தோழர்களுக்கும், பத்தாண்டுகளுக்கு மேலாக அங்கேயே பணியாற்றும் பத்திரிகையாளர்களுக்கும்கூடச் சரியாக வழி தெரியவில்லை.

காந்தி, நேரு, இந்திரா காந்தி ஆகியோரின் நினைவகங்கள் இடம்பிடித்திருக்கும் டெல்லி சிட்டி டூர் பேக்கேஜ்களில் அம்பேத்கரின் நினைவகம் இல்லை. டூர் ஆபரேட்டர்களிடம் கேட்டால், 'அம்பேத்கர் நினைவகமா... எங்கு இருக்கிறது? எனத் திருப்பிக் கேட்கிறார்கள். இறுதியில் கூகுள் துணையோடு நானே களத்தில் இறங்கி, '26, அலிப்பூர் சாலை'யைத் தேடினேன். சிவில் லைன்ஸ் மெட்ரோ ரயில் நிலையத்துக்குப் பக்கத்தில் இருப்பதை அது சொன்னது. ஆனால், அங்கும் 'அம்பேத்கர் நினைவகம்' செல்வதற்கான எந்தக் குறிப்பும் இல்லை.

வெளியே இருந்த ஆட்டோக்காரர்களுக்கும், டாக்ஸிக்காரர்களுக்கும்கூடத் தெரியவில்லை. 'அம்பேத்கர் நினைவகம் அலிப்பூர் சாலையில் இல்லை. ஷாம்நாத் மார்கில் இருக்கிறது. ரேஸ்கோர்ஸ் சாலையில் இருக்கிறது'

எனக் குழப்பினார்கள். கடைசியில், வயதான ஒரு ரிக் ஷாக்காரர் தன் வண்டியில் என்னைச் சுமந்துசென்று, பழைய விதான சபாவுக்கு முன்னால் மூடப்பட்டிருந்த பெரிய கேட்டின் முன் நிறுத்தினார். அரசியலமைப்புச் சட்டப் புத்தக வடிவில் நேர்த்தியாக வடிவமைக்கப்பட்டு, மிகப் பிரம்மாண்டமாகக் கட்டப்பட்டிருந்த அந்தக் கட்டிடம் தந்த எழுச்சி அத்தனை அலைச்சலையும் போக்கியது. தன் வாழ்நாளைச் சுருக்கி, உயிரை உருக்கி இந்நாட்டுக்கு அரசியலமைப்புச் சட்டத்தை எழுதிக்கொடுத்தவருக்கு, அதே புத்தக வடிவில் உருவாக்கப்பட்டிருக்கிறது நினைவகம்.

அம்பேத்கர் மூச்சு கலந்த இடம்

1951-ல் சட்ட அமைச்சர் பதவியை ராஜினாமா செய்த பின்னர், சிரோஹி மன்னருக்குச் சொந்தமான வீட்டில் வாடகைக்குக் குடியேறினார் அம்பேத்கர். அதன் பின் இறக்கும் வரை தன் மனைவி சவிதாவுடன் 5 ஆண்டுகள் இங்கு வாழ்ந்தார். அப்போது அவர் எழுதிய முக்கியமான கடிதங்கள், மனுக்கள், விண்ணப்பங்கள், கட்டுரைகள், உரைகள் எல்லாவற்றிலும் '26, அலிப்பூர் சாலை' என்ற முகவரி இருக்கிறது. 'பண்டைய இந்தியாவில் புரட்சியும் எதிர்ப்புரட்சியும்,' 'இந்து மதத்தின் புதிர்கள்', 'புத்தரும் கார்ல் மார்க்ஸும்,' 'புத்தரும் அவரது தம்மமும்' உள்ளிட்ட முக்கியமான நூல்களையும் இங்கிருந்துதான் எழுதியிருக்கிறார். இந்தியக் குடியரசுக் கட்சியைத் தொடங்க முடிவெடுத்து, அதற்கான ஆரம்பகட்டப் பணிகளையும் அம்பேத்கர் முடுக்கிவிட்டது இங்கிருந்துதான். நவீன இந்தியச் சமூக வரலாற்றில் அரங்கேறிய மாபெரும் திருப்புமுனை நிகழ்வான 'பவுத்தம் திரும்புதலுக்கான' முடிவுரையையும் இங்குதான் தீர்மானித்தார்.

இறுக்கமாக மூடப்பட்டிருந்த நினைவகத்தின் கதவைத் திறந்ததும், அம்பேத்கரின் அந்திமக் காலம் குறித்து அவரது உதவியாளர் நானக் சந்த் ரட்டு எழுதிய 'லாஸ்ட் ஃப்யூ இயர்ஸ் ஆஃப் டாக்டர் அம்பேத்கர்' நூலின் வரிகள் மனதில் காட்சிகளாக ஓடின. மனம் உணர்ச்சிவசப்பட்ட நிலையில், முற்றிலும் குளிரூட்டப்பட்ட அறையில் வியர்க்கத் தொடங்கியது. ஒருவித மன அழுத்தமும், அமைதியும் என்னை ஆட்கொண்டது. எனது செல்பேசியை வாங்கிய ஊழியர் ஒருவர், அம்பேத்கர் நினைவகச் செயலியைத் தரவிறக்கம்செய்து, அதை ஹெட்போனில் கேட்குமாறு பணித்தார். அம்பேத்கர் வாழ்க்கை வரலாறு, முக்கியமான பணிகள் காதில் ஒலித்தன.

நினைவகத்தின் இரு பக்கமும் அகன்ற எல்இடி திரையில் அம்பேத்கரின் வாழ்க்கை வரலாறு குறித்த செய்திகள், அரிய படங்கள், வீடியோ மற்றும் ஆடியோ பதிவுகள், சம்பவங்களின் தொகுப்பு ஆகியவை தரமாகக் காட்சிப்படுத்தப்பட்டிருந்தன. அம்பேத்கரின் வீடு, குடும்பம், வகுப்பறை, நூலகம், பரோடா சமஸ்தானத்தில் பணியாற்றியது, விடுதியிலிருந்து

வெளியேற்றப்பட்டது உள்ளிட்டவை நவீனச் சிற்பக் கலையின் மூலம் தத்ரூபமாகச் செதுக்கப்பட்டுள்ளன. பரோடா ரயில் நிலையம் அருகே சயாஜி பாக்கில் ஆலமரத்தடியில் அமர்ந்து அம்பேத்கர் அழுத காட்சியைக் காணும்போது கண்கள் கலங்கின. அந்த இடத்தில்தான் அவர் சமூக நீதிக்காகப் போராடும் தலைவராக உருவானார்.

எட்டு உலோகங்களால் செய்யப்பட்ட அசோகா தூண், அம்பேத்கரின் பிரம்மாண்டமான பித்தளை சிலை, வியட்நாம் வெள்ளை சலவைக்கல்லில் செதுக்கப்பட்ட புத்தர் சிலை, தியான அறை, நூலகம், பஞ்சசீலத்தைப் போதிக்கும் முத்திரைச் சிற்பங்கள், ஜென்ம பூமி, போதிமரம் ஆகியவை நேர்த்தியான கலைநயத்துடன் உருவாக்கப்பட்டுள்ளன.

அம்பேத்கர் தலைமையிலான அரசியலமைப்புச் சட்ட வரைவுக் குழுவினரின் உருவங்கள் அச்சுஅசலான சிற்பங்களாக்கப்பட்டு, அவர்கள் பணியாற்றிய விதம், நாடாளுமன்றத்தில் அதைச் சமர்ப்பித்தது ஆகியவை காட்சிப்படுத்தப்பட்டுள்ளன. இன்னொருபுறம், அம்பேத்கரின் பௌத்தம் நோக்கிய பயணம், நாக்பூர் தீக்ஷா பூமி கூட்டம் ஆகியவற்றின் சிலைச் சித்தரிப்புகள், அந்த மாபெரும் திரளில் ஒருவனாக என்னை மாற்றிவிட்டன.

ஈரடுக்குக் கட்டிடத்தில் அமைதியும் ரம்மியமும் கலந்த பகுதியில் நுழைகையில் அம்பேத்கரின் கணீர்க் குரலும், அழுத்தமான ஆங்கிலமும் செவிகளில் பட்டதும், உடல் சிலிர்த்தது. நீலநிற கோட்சூட்டும், சிவப்பு டையும் அணிந்த ரோபோ அம்பேத்கர், கையையும் தலையையும் அசைத்துச் சொல்கிறார், "உங்களுக்கு உறுதியாகவும், இறுதியாகவும் ஒன்றைச் சொல்லிக்கொள்கிறேன். சமூக நீதி நிறைந்த ஜனநாயகம் என்றால் அனைவருக்கும் சுதந்திரம், சமத்துவம், சகோதரத்துவம் நிறைந்த வாழ்க்கை கிடைக்க வேண்டும்!" அரசியலமைப்புச் சட்டத்தின் மீதான நிறைவுரையின்போது அம்பேத்கர் ஆற்றிய உரையின் இதயப்பகுதி அது.

பழைய நாட்களுக்குள் ஓர் உலா

அம்பேத்கர் கடைசிக் காலத்தில் வாழ்ந்த வீடு இந்த நினைவகத்தில் தத்ரூபமாக உருவாக்கப்பட்டிருந்தது. அவர் நடமாடிய, கடைசி மூச்சுக்காற்று கலந்த வீட்டை ஜிண்டால் குடும்பத்தினர் வாங்கி இடித்துவிட்டதால், 2003-ல் புதிய நினைவகம் கட்டப்பட்டது. அந்த நினைவகம் இடிக்கப்பட்டு, உருவாக்கப்பட்ட இந்த நினைவகத்தில் அம்பேத்கரின் அறை தத்ரூபமாக உருவாக்கப்பட்டுள்ளது.

அலுவலகத்தில் அம்பேத்கர் அமர்ந்து எழுதுவது போன்ற சிலையும், அதன் அருகே அவர் பயன்படுத்திய இங்க் பேனா, தேடலுக்கான நூல்கள், பூதக் கண்ணாடி, தொலைபேசி, குடை, கைத்தடி, தொப்பி, தட்டச்சு இயந்திரம், சுற்றிலும் நூல்கள் வைக்கப்பட்டிருந்தன. பக்கத்து அறையில்

அவரது டிரெஸ்ஸிங் டேபிள், அதன் மேல் அம்பேத்கர் கடைசிக் காலத்தில் கற்றுக்கொண்டு இசைத்த வயலின், சாய்வு நாற்காலி, அதன் கால்மாட்டில் அவரது செல்ல நாய்க்குட்டி டாபி என அனைத்தும் அந்த நாட்களுக்குள் இழுத்துச்சென்றன.

சுற்றுலாப் பயணிகளைக் கவரும் எல்லா வகையான அம்சங்களும், அதி நவீன வசதிகளும் இருந்தும் அம்பேத்கரின் பிரம்மாண்ட நினைவகம் வெறிச்சோடிக் காணப்படுகிறது. 56 ஊழியர்கள் பணியாற்றும் அந்த இடத்தில், 'ஒரு நாளைக்கு 50 பார்வையாளர்கள்கூட வருவதில்லை. மற்ற இடங்களுக்கு வண்டி வண்டியாகக் குவியும் மாணவர்கள்கூட இங்கு வருவதில்லை. இந்திய மனங்களில் புரையோடியிருக்கும் சாதி வெறிதான் இதற்குக் காரணம்' என ஆதங்கப்பட்டார் அதன் காவலாளி.

நினைவகத்திலிருந்து வெளியேறுகையில் அம்பேத்கர், நானக் சந்த் ரட்டுவிடம் கடைசியாகச் சொன்ன வார்த்தைகள் காதில் விழுந்தன: "நான் தனி ஆளாகக் கொடுந்துயரங்களையும், முடிவிலா வலிகளையும் அனுபவித்துக்கொண்டிருக்கிறேன். பத்திரிகைகளின் அவதூறுகளையும் தாண்டி வாழ்நாளெல்லாம் போராடி என் மக்களுக்காகச் சிலவற்றைச் செய்திருக்கிறேன். பல்வேறு தடைகளைத் தாண்டி, இந்தத் தேரை இதுவரை இழுத்துவந்திருக்கிறேன். இதை என் இயக்கத்தினரும், மக்களும் முன்னோக்கி இழுத்துச்செல்ல இயலாவிடில், அங்கேயே நிறுத்திவிட்டுப்போகட்டும். பின்னோக்கி இழுத்துச்செல்லாமல் இருக்கட்டும். இதுவே என் செய்தி. என் மக்களிடம் போய்ச் சொல்!"

●

புகைப்படங்கள் நன்றி

'தி இந்து' ஆவணக் காப்பகம்.
மற்றும்
மத்திய செய்தி ஒலிபரப்புத்துறையின் புகைப்படப்பிரிவு